Upendo:
Utimilifu wa Sheria

Upendo:
Utimilifu wa Sheria

Dr. Jaerock Lee

Upendo: Utimilifu wa Sheria na Dr. Jaerock Lee
Kimechapishwa na Urim Books (Mwakilishi: Johnny. H. Kim)
361-66, Shindaebang-Dong, Dongjak-Gu, Seoul, Korea
www.urimbooks.com

Haki zote zimehifadhiwa. Hairuhusiwi kunakili kitabu hiki au sehemu ya kitabu hiki katika mfumo wa aina yoyote, kutunzwa katika mfumo ambao kinaweza kusambazwa au kupatikana tena kwa namna au njia yoyote ile, au kubadilishwa katika namna yoyote ile, kielekroniki, kimakenika, kutolewa kivuli (fotokopi), kurekodiwa au vinginevyo, bila idhini ya maandishi kutoka kwa mchapaji.

Isipokuwa vinginevyo kama imebainishwa, nukuu yote ya Maandiko imechukuliwa kutoka katika Biblia ya Kiswahili – Union Version iliyochapishwa na Chama cha Biblia cha Kenya na Chama cha Biblia cha Tanzania ©1997 Imetumiwa kwa ruhusa.

Hakimiliki © 2013 na Dr. Jaerock Lee
ISBN: 979-11-263-1225-6 03230
Hakimiliki ya Kutafsiri © 2013 na Dr. Esther K. Chung. Imetumiwa kwa ruhusa.

Kimechapishwa kwa Mara ya Kwanza Agosti 2023

Awali kilichapishwa kwa Kikorea mnamo 2009 na Urim Book huko Seoul, Korea

Kimehaririwa na Dr. Geumsun Vin
Jalada limesanifiwa na Editorial Bureau of Urim Books
Kwa taarifa zaidi wasiliana na: urimbook@hotmail.com

*"Pendo halimfanyii jirani neno baya;
basi pendo ndilo utimilifu wa sheria."*

Warumi 13:10

Utangulizi

Natumai wasomaji wataweza kuingia Yerusalemu Mpya kupitia upendo wa kiroho

Kampuni moja ya matangazo huko Uingereza ilitoa zoezi fulani kwa umma na kuuliza njia ya haraka zaidi ya usafiri kutoka Edinburgh, Scotland kwenda, England. Kampuni hiyo ilisema ingempa zawadi nono mtu ambaye jibu lake lingechaguliwa kuwa jibu sahihi. Jibu ambalo lilikuwa bora zaidi na kuchaguliwa lilikuwa hili 'safiri na mtu umpendaye'. Tunaelewa kwamba tukisafiri pamoja na watu tunaowapenda, hata safari ndefu itaonekana fupi. Katika njia hiyo hiyo, ikiwa tunampenda Mungu, si vigumu kulitendea kazi Neno lake (1 Yohana 5:3). Mungu hajatupa Sheria na hajatuambia tuzishike amri zake ili atufanye tuwe na wakati mgumu.

Neno 'Sheria' linatokana na neno la Kiebrania 'Torah', ambalo maana yake ni 'maagizo', na 'somo'. Torah kwa kawaida linarejelea Pentatuki (vitabu vitano vya Biblia) vinavyojumuisha Amri Kumi. Lakini, "Sheria" pia linerejelea vitabu 66 vya Biblia kwa jumla, au yale maagizo ya Mungu anapotuambia cha kufanya, cha kutofanya, cha kuweka, au kutupilia mbali mambo fulani. Huenda watu wakafikiria kwamba Sheria na upendo havihusiani, lakini haviwezi kutenganishwa. Upendo ni wa Mungu, na pasipo kumpenda Mungu hatuwezi kuifuata Sheria kikamilifu. Sheria inaweza kutimizwa tu tunapoifuata kwa upendo.

Kuna hadithi moja inayotuonyesha nguvu za upendo. Kijana mmoja alianguka na ndege alipokuwa akipaa juu ya jangwa katika ndege ndogo. Baba yake alikuwa tajiri sana, na alitafuta wataalam na timu ya kumtafuta mwanawe, lakini hakuweze kuonekana. Basi akaamua kusambaza mamilioni ya vipeperushi jangwani. Maneno aliyoandika kwenye vipeperushi hivyo ni 'Mwanangu, nakupenda.' Basi yule kijana, aliyekuwa anazungukazunguka jangwani, aliokota kipeperushi kimoja na akapata ujasiri ulioweza kumsaidia hatimaye akaweza kuokolewa. Upendo wa kweli wa baba ulimwokoa mtoto wake. Kama vile baba alivyosambaza vipeperushi kila mahali jangwani, sisi pia tuna wajibu wa kusambaza upendo wa Mungu kwa nafsi zisizohesabika.

Mungu alidhibitisha upendo wake kwa kumtuma Mwanawe wa pekee Yesu aje duniani afe ili awaokoe wanadamu waliokuwa wenye dhambi. Lakini wale wakereketwa wa sheria wa wakati wa Yesu, waliangazia tu utaratibu wa Sheria na hawakuelewa upendo wa kweli wa Mungu. Hatimaye, walimhukumu Mwana wa pekee wa Mungu, Yesu, kama mtu aliyemkufuru Mungu na aliyeipiga marufuku Sheria na hivyo wakamsulubisha. Hawakuelewa upendo wa Mungu uliokuwa katika Sheria.

Katika 1 Wakorintho 13 mfano wa 'upendo wa kiroho'

unaonyeshwa wazi. Inatuambia kuhusu upendo wa Mungu ambaye alimtuma Mwanawe wa pekee kutuokoa sisi tuliokuwa hatima yetu ni kifo kwa sababu ya dhambi, na pia inatuambia kuhusu upendo wa Bwana aliyetupenda kiasi cha kuacha utukufu wote mbinguni na kufa msalabani. Ikiwa sisi pia tunataka kutoa upendo wa Mungu kwa nafsi nyingi zinazokufa duniani, lazima tuutambue upendo huu wa kiroho na tuutekeleze.

"Amri mpya nawapa, Mpendane. Kama vile nilivyowapenda ninyi, nanyi mpendane vivyo hivyo. Hivyo watu wote watatambua ya kuwa ninyi mmekuwa wanafunzi wangu, mkiwa na upendo ninyi kwa ninyi" (Yohana 13:34-35)

Sasa kitabu hiki kimechapishwa ili wasome wachunguze ikiwa wamekuza upendo wa kiroho kwa kiwango gani na wamebadilika kutokana na ukweli. Ninamshukuru Geumsun Vin, mkurugenzi wa kitengo cha uhariri na wafanyakazi, na ninatumai wasomaji wote wataitimiza Sheria kwa upendo na hatimaye wapate kuingia Yerusalemu Mpya, mahali panapondeza zaidi kati ya makao ya mbinguni.

Jaerock Lee

Utangulizi

Ni matumaini yangu kwamba kupitia ukweli wa Mungu wasomi watabadilishwa kwa kukuza upendo ulio kamilifu.

Stesheni moja ya TV ilifanya utafiti uliowahusisha wanawake walioolewa. Walitumia kidadisi katika utafiti huo. Swali lenyewe lilikuwa lauliza ikiwa wanawake hao wangepewa fursa ya kuchagua kuolewa tena, je, wangewachagua waume wale wale walio nao kwa sasa? Matokeo ya utafiti huo yalikuwa ya kushtua. Asilimia 4 pekee ya wanawake walisema kuwa wangemchagua mume yule yule waliye naye sasa. Bila shaka waliolewa na hao waume zao kwa sababu waliwapenda, na kwa nini walitaka kubadili nia zao kama walivyofanya? Ni kwa sababu hawakupenda kwa upendo wa kiroho. Kazi hii Upendo: Utimilifu wa Sheria kitatufundisha kuhusu upendo huu wa kiroho.

Katika Sehemu ya 1 "Umuhimu wa Upendo", inaangazia aina mbalimbali za upendo unaopatikana kati ya mume na mkewe, wazazi na watoto wao, na miongoni mwa marafiki na majirani, hivyo kutupa ufahamu wa tofauti kati ua upendo wa kimwili na upendo wa kiroho. Upendo wa kiroho ni kumpenda mwingine kwa moyo usiobadilika na kwa kutotarajia chochote kutoka kwa mtu huyo. Kinyume chake, upendo wa kimwili hubadilika kulingana na hali mbalimbali na matukio mbalimbali, na kwa sababu hii, upendo wa kiroho ni wa thamani na mzuri sana.

Sehemu ya 2 "Upendo ulivyo katika Sura ya Upendo", unagawanya 1 Wakorintho 13 katika sehemu tatu. Sehemu ya kwanza, 'Aina ya Upendo Anaoutamani Mungu' (1 Wakorintho 13:1-3), ndio utangulizi wa sura inayosisitiza umuhimu wa upendo wa kiroho. Sehemu ya pili, 'Sifa za Upendo' (1 Wakorintho 13:4-7), ndiyo sehemu kuu ya Sura ya Upendo, na inatuonyesha sifa 15 za upendo wa kiroho. Sehemu ya tatu, 'Upendo Kamilifi', ndiyo hitimisho la Sura ya Upendo, ambayo huturuhusu kujua kwamba imani na matumaini yanahitajika kwa muda mfupi wakati tunaelekea katika ufalme wa mbinguni wakati wa maisha yetu hapa duniani, huku upendo ukidumu milele katika ufalme wa mbinguni.

Sehemu ya 3, 'Upendo ni Utimilifu wa Sheria', inaelezea kutimiza Sheria kwa upendo ni nini. Pia inaelezea kuhusu upendo wa Mungu anayetukuza sisi wanadamu hapa duniani na upendo wa Kristo aliyetufungulia njia ya wokovu.

'Sura ya Upendo' ni sura moja tu miongoni mwa sura 1,189 za Biblia. Lakini ni kama ramani ya hazina inayotuonyesha mahali pa kupata hazina nyingi, kwa kuwa inatufundisha kwa kina njia inayoelekea Yerusalemu Mpya. Hata ingawa tuna ramani na tunajua njia, haitatusaidia ikiwa hatutaifuata njia tuliyopewa. Yaani, haina maana yoyote ikiwa hatutautendea kazi upendo wa kiroho.

Mungu anapendezwa na upendo wa kiroho, na tunaweza kuupata upendo huu wa kiroho kufikia kiwango cha kusikia na kulitenda Neno la Mungu ambalo ndilo Ukweli. Tunapopata upendo wa kiroho, tunaweza kupokea upendo wa Mungu na baraka, na mwishowe kuingia katika Yerusalemu Mpya, mahali pazuri zaidi Mbinguni. Upendo ndio lengo kuu la Mungu kuwaumba wanadamu na kuwakuza. Ninaomba kwamba watu wote watakaosoma kitabu hiki watampenda Mungu kwanza na kisha wawapende majirani zao kama wanavyojipenda wao wenyewe ili waweze kupata funguo za kufungua malango ya lulu yaYerusalemu Mpya.

Geumsun Vin
Mkurugenzi wa Editorial Bureau.

YALIYOMO — *Upendo: Utimilifu wa Sheria*

Dibaji · VII

Utangulizi · XI

Sehemu ya 1 Umuhimu wa Upendo

Sura ya 1   Upendo wa Kiroho · 2

Sura ya 2   Upendo wa Kimwili · 10

Sehemu ya 2 Upendo ulivyo katika Sura ya Upendo

Sura ya 1   Aina ya Upendo Anaoutamani Mungu · 24

Sura ya 2   Sifa za Upendo · 40

Chapter 3   Upendo Mkamilifu · 154

Sehemu ya 3 Basi pendo ndilo Utimilifu wa Sheria

Sura ya 1   Upendo wa Mungu · 166

Sura ya 2   Upendo wa Kristo · 178

"Maana mkiwapenda wale wawapendao ninyi, mwaonesha fadhili gani? Kwa kuwa hata wenye dhambi huwapenda wale wawapendao."

Luka 6:32

Sehemu ya 1
Umuhimu wa Upendo

Sura ya 1 Upendo wa Kiroho

Sura ya 2 Upendo wa Kimwili

Sura ya 1 — Upendo wa Kiroho

Upendo wa Kiroho

"Wapenzi, na mpendane; kwa kuwa pendo latoka kwa Mungu, na kila apendaye amezaliwa na Mungu, naye anamjua Mungu. Yeye asiyependa, hakumjua Mungu, kwa maana Mungu ni upendo."

(1 Yohana 4:7-8)

Kusikia neno 'upendo' huifanya mioyo yetu kupiga kwa kasi zaidi na akili zetu kuyumba yumba. Ikiwa tunaweza kumpenda mtu na kumwonyesha upendo wa kweli maisha yetu yote, basi hayo yanaweza kuwa maisha yaliyojaa furaha sana. Wakati mwingine tunasikia habari za watu walioshinda hali fulani kama vile kifo chenyewe na wakayafanya maisha yao kuwa mazuri zaidi kupitia upendo. Upendo ni wa lazima ikiwa unataka kuishi maisha ya furaha; una nguvu nyingi sana za kubadilisha maisha.

Kamusi ya Merriam-Webster's Iliyo Kwenye Mtandano inafasili upendo kuwa 'hisia za kumpenda mtu mwingine zinazotokana na ukoo au uhusiano wa kibinafsi au hisia za upendo ambazo msingi wake ni kushabikiwa, ukarimu, au mambo mnayoyapendelea pamoja'. Lakini aina ya upendo anaozungumzia Mungu ni ule upendo ulio wa kiwango cha juu, ambao ni upendo wa kiroho. Upendo wa kiroho huwaweka wengine mbele; huwapa watu furaha, matumaini, na uzima, na haubadiliki. Zaidi ya hayo, hautufaidishi wakati wa maisha yetu haya ya muda ya hapa duniani, lakini unaelekeza nafsi zetu kwenye wokovu na kutupa uzima wa milele.

Hadithi ya Mwanamke Mmoja Aliyempeleka Mumewe Kanisani

Kulikuwa na mwanamke mmoja ambaye alikuwa mwaminifu kama Mkristo. Lakini mume wake hakupenda mkewe aende kanisani kwa hiyo alimtesa sana. Lakini hata pamoja na mateso hayo alirauka kila siku kuhudhuria mkutano wa maombi na kumwombea mumewe. Siku moja, aliondoka kwenda kuomba wakati wa alfajiri huku akiwa amebeba viatu vya mumewe. Basi huku akiwa amebeba vile viatu, aliomba kwa machozi akisema, "Mungu, leo, viatu hivi pekee ndivyo vilikuja kanisani, lakini wakati mwingine, mruhusu mwenye viatu hivi aje kanisani pia."

Baada ya muda jambo la ajabu lilitokea. Yule mumewe alienda kanisani. Sehemu hii ya hadithi ni kama ifuatavyo: Katika kipindi fulani, kila wakati mumewe alipokuwa akitoka nyumbani kwenda kazini, alihisi joto fulani katika viatu vyake. Basi siku moja, akamwona mkewe akienda mahali huku amebeba viatu vyake, hivyo akamfuata nyuma. Akamfuata hadi akaingia kanisani.

Yule bwana akakasirika, lakini bado akashindwa kuidhibiti hali yake ya kutaka kujua. Ilibidi achunguze aone mkewe alikuwa anafanya nini ndani ya kanisa huku akiwa na viatu vyake. Basi alipoingia kanisani kimya kimya, alimkuta mkewe anaomba huku amevishikilia viatu kwenye tumbo lake. Akayasikia yale maombi ya mkewe, na kila neno la maombi lilikuwa linamwomba Mungu ambariki na awe katika hali nzuri. Basi aliguswa sana, hivi kwamba akashindwa kujizuia kusikitishwa na jinsi alivyokuwa akimtendea mkewe. Hatimaye, yule mume aliweza kuguswa na upendo wa mkewe na akaamua kuokoka na kuwa Mkristo mzuri.

Wake wengi walio katika hali hii kwa kawaida huniomba niwaombee huku wakisema, "Mume wangu ananitesa kwa sababu ya kuja kanisani tu. Tafadhali niombee ili mume wangu aache kunitesa." Lakini mimi huwa nawaambia, "Wewe takaswa kwa haraka na uwe katika roho. Hiyo ndiyo njia ya kutatua shida yako." Watawapenda waume zao kwa upendo wa kiroho zaidi kufikia kiwango cha kuzitupilia mbali dhambi zao na kuwa watu wa roho. Ni mume gani anaweza kumtesa mkewe anayejitoa na kumtumikia kwa moyo wake wote?

Hapo awali, mke angemlaumu mumewe, lakini sasa amebadilishwa na ukweli, anakiri kuwa yeye ndiye alipaswa kulaumiwa na kwa hiyo ananyenyekea. Kisha, nuru ya kiroho inaondoa giza na mume naye anaweza kubadilishwa. Nani anaweza kumwombea mtu mwingine anayemtesa? Nani anaweza kujitoa sadaka kwa ajili ya majirani waliotelekezwa na kuwaonyesha upendo wa kweli? Watoto wa Mungu waliopokea upendo wa kweli kutoka kwa Bwana wanaweza kuwapenda wengine jinsi hiyo.

Upendo Usiobadilika na Urafiki kati ya Daudi na Yonathani

Yonathani alikuwa mtoto wa Sauli, mfalme wa Kwanza wa Israeli. Yothanani alipomwona Daudi alimwangamiza shujaa wa Wafilisti, kwa kombeo na jiwe, alitambua ya kwamba Daudi alikuwa askari aliyejazwa na roho wa Mungu. Yonathani akiwa yeye mwenyewe ni jemadari wa jeshi, moyo wake uliguswa sana na uhodari wa Daudi. Kuanzia wakati huo Yonathani alimpenda Daudi kama alivyojipenda mwenyewe na walianza kuwa na urafiki wa dhati kabisa. Yonathani alimpenda Daudi sana kiasi kwamba ikiwa kitu fulani kilikuwa cha Daudi basi hakukosa kumpa.

Ikawa Daudi alipokwisha kusema na Sauli, roho ya Yonathani, ikaambatana na roho ya Daudi, Yonathani akampenda kama roho yake mwenyewe. Sauli akamtwaa siku ile, wala hakumwacha arudi tena nyumbani kwa baba yake. Nao Yonathani na Daudi wakaahidiana, kwa kuwa alimpenda kama roho yake mwenyewe. Ndipo Yonathani akalivua joho alilokuwa amelivaa, akampa

Daudi, na mavazi yake, hata na upanga wake pia, na upinde wake, na mshipi wake (1 Samueli 18:1-4).

Yonathani alikuwa ndiye atakayerithi kiti cha enzi kwa kuwa alikuwa mtoto wa kiume wa kwanza wa Mfalme Sauli, na alikuwa anaweza kumchukia Sauli kwa urahisi kwa sababu Daudi alipendwa na watu sana. Lakini hakuwa na shauku yoyote ya cheo cha ufalme. Badala yake Sauli alipojaribu kumuua Daudi ili aendelee kuwa mfalme, Yonathani aliyahatarisha maisha yake ili amwokoe Daudi. Upendo huo wa aina hiyo haubadilika hadi alipoaga dunia. Yonathani alipofariki dunia katika vita vya Gilboa, Daudi aliomboleza na kulia na kufunga hadi jioni.

Nimesikitika kwa ajili yako, Yonathani, ndugu yangu, Ulikuwa ukinipendeza sana. Upendo wako kwangu ulikuwa wa ajabu, Kupita upendo wa wanawake (2 Samueli 1:26).

Baada ya Daudi kuwa mfalme, alimpata Mefiboshethi aliyekuwa mtoto wa pekee wa Yonathani, akamrudishia mali zote za Sauli, na akamtunza kama mwanawe katika kasri ya mfalme (2 Samueli 9). Upendo wa kiroho ni kumpenda mtu mwingine kwa moyo usiobadilika kwa maisha yako yote, hata ikiwa kufanya hivyo hakumfaidi yule anayependa bali kunamdhuru. Kumfanyia mtu mazuri kwa matumaini ya kupokea kitu kutoka kwa mtu unayemtendea mema si upendo wa kweli. Upendo wa kiroho ni kujitoa na kuendelea kuwahudumia wengine kwa lengo safi na la kweli pasipo masharti yoyote.

Upendo wa Mungu Usiobadilika na Upendo wa Bwana Kwetu

Watu wengi hupitia uchungu wa kuvunja moyo kwa sababu ya upendo wa kimwili maishani mwao. Tunapokuwa na uchungu na kuhisi upweke kwa sababu ya upendo unaobadilika kwa urahisi, kunaye mtu anayetufariji na kuwa rafiki yetu. Huyo ni Bwana. Alidharauliwa na kukataliwa na watu hata ingawa hakuwa na hatia (Isaya 53:3), kwa hiyo anaelewa mioyo yetu vizuri. Aliacha utukufu wake wa mbinguni na kushuka chini duniani na kuifuata njia ya mateso. Katika kufanya hivyo alifanyika mfariji na rafiki yetu wa kweli. Alitupa upendo wa kweli hadi alipokufa msalabani.

Kabla nimwamini Mungu, nilikuwa naugua magonjwa mengi na nilipitia uchungu na upweke unaotokana na umaskini. Baada ya kuugua kwa miaka saba, kile nilichosalia nacho ni mwili uliodhoofika, madeni yaliyokuwa yakiongezeka mara kwa mara, kubezwa na watu, upweke na hali ya kukata tamaa. Wale wote nilioawaamini na kuwapenda waliniacha. Lakini mtu mmoja alinijia wakati nilipohisi niko peke yangu kabisa katika ulimwengu mzima. Mtu huyo alikuwa Mungu. Nilikutana na Mungu, nilponywa magonjwa yangu yote mara moja na nikaanza kuishi maisha mapya.

Upendo alionipa Mungu ulikuwa karama ya bure. Sikumpenda kwanza. Kwanza alinijia na kuninyooshea mikono yake. Basi nilipoanza kusoma Biblia, niliweza kusikia Mungu akisema wazi wazi kwamba ananipenda.

Je! Mwanamke aweza kumsahau mtoto wake anyonyaye, hata

asimhurumie mwana wa tumbo lake? Naam, hawa waweza kusahau, lakini mimi sitakusahau wewe. Tazama, nimekuchora katika vitanga vya mikono yangu; kuta zako ziko mbele zangu daima (Isaya 49:15-16).

Katika hili pendo la Mungu lilionekana kwetu, kwamba Mungu amemtuma Mwanawe pekee ulimwenguni, ili tupate uzima kwa yeye. Hili ndilo pendo, si kwamba sisi tulimpenda Mungu, bali kwamba yeye alitupenda sisi, akamtuma Mwanawe kuwa kipatanisho kwa dhambi zetu (1 Yohana 4:9-10).

Mungu hakuniacha hata wakati nilipokuwa ninateseka kwa magonjwa baada ya watu kuniacha. Nilipohisi upendo wake, sikuweza kujizuia nisitiririkwe na machozi. Niliweza kuhisi kwamba upendo wa Mungu ni wa kweli kwa sababu ya uchungu niliopitia. Sasa, nimekuwa mchungaji, mtumishi wa Mungu, ili nifariji nafsi nyingi na nilipe ile aliyonipa Mungu.

Mungu mwenyewe ni upendo. Alimtuma Mwanawe wa pekee Yesu hapa duniani kwa ajili yetu sisi waliokuwa wenye dhambi. Na anatusubiri tuingie katika ufalme wa mbinguni ambapo ameweka mambo mengi mazuri na ya thamani. Tunaweza kuhisi upendo mkuu wa Mungu ikiwa tutaifungua mioyo yetu zaidi kidogo.

Kwa sababu mambo yake yasiyoonekana tangu kuumbwa ulimwengu yanaonekana, na kufahamika kwa kazi zake; yaani, uweza wake wa milele na Uungu wake; hata wasiwe na udhuru (Warumi 1:20).

Kwa nini usifikirie kuhusu asili ilivyo nzuri? Anga ya samawati, bahari safi, na miti yote na mimea ni mambo ambayo Mungu aliumba kwa ajili yetu ili tunapokuwa tunaishi hapa duniani tunaweza kuwa na matumaini ya kuingia katika ufalme wa mbinguni hadi tufike huko.

Kutoka kwenye mawimbi yanayogusa ufuo wa bahari; nyota za angani zinazometameta kana kwamba zinacheza dansi; ngurumo kali za chemichemi za maji; na upepo mwanana unaopuliza karibu nasi, tunaweza kuhisi pumzi ya Mungu ikituambia, "Nakupenda." Kwa kuwa tumechaguliwa kama watoto wa Mungu huyu mwenye upendo, tunahitaji kuwa na upendo wa aina gani? Lazima tuwe na upendo wa milele na wa kweli na si upendo usio na maana unaobadilika wakati hali hazitufaidi sisi.

Upendo wa Kimwili

"Maana mkiwapenda wale wawapendao ninyi, mwaonesha fadhili gani? Kwa kuwa hata wenye dhambi huwapenda wale wawapendao."

Luka 6:32

Mtu mmoja amesimama mbele ya kundi la watu, akiangalia upande wa Ziwa la Galilaya. Mawimbi ya samawati yaliyo nyuma yake baharini yanaonekana kana kwamba yanacheza dansi juu ya upepo mwanana ulio nyuma yake. Watu wote wamenyamaza kimya kusikiliza maneno yake. Aliliambia lile kundi la watu walioketi hapa na pale juu ya kilima, liwe nuru na chumvi ya ulimwengu na wawapende maadui zao. Alisema hivyo kwa sauti ya upole na thabiti.

Maana mkiwapenda wanaowapenda ninyi mnapata thawabu gani? Hata watoza ushuru, je! Nao hawafanyi yayo hayo? Tena mkiwaamkia ndugu zenu tu, mnatenda tendo gani la ziada? Hata watu wa mataifa, je! Nao hawafanyi sawa na hayo? (Mathayo 5:46-47)

Kama Yesu alivyosema, wale wasioamini na hata wale walio waovu wanaweza kuonyesha upendo wale wanaowatendea mema na wanaowafaidisha. Pia kuna upendo bandia, ambao unaonekana mzuri kwa nje lakini ndani si wa kweli. Upendo wa kimwili ndio hubadilika baada ya muda na huvunjika na kusambaratika kutokana na hata mambo madogo tu.

Upendo wa kimwili unaweza kubadilika wakati wowote kadri muda unavyokwenda. Hali ikibadilika au masharti yakibadilika, upendo wa kimwili unaweza kubadilika. Mara kwa mara watu hubadilisha mtazamo wao kulingana na faida au mambo mazuri watakayopokea. Watu hutoa tu baada ya kupokea kitu kutoka kwa wengine kwanza, au wanatoa tu ikiwa kutoa huko kutawafaidi wao wenyewe. Tukitoa na kutaka kupokea kiwango kile kile tunachotoa, au tukiudhika wakati watu wasipotupatia chochote, basi sababu ya kuhisi hivyo ni kwamba tuna upendo wa kimwili.

Upendo kati ya Wazazi na Watoto

Upendo wa wazazi wanaoendelea kuwaonyesha watoto wao huigusa mioyo ya watu wengi. Wazazi hawalalamiki kwamba ni vigumu kuwalea watoto wao kwa nguvu zao zote kwa sababu wanawapenda watoto wao. Kwa kawaida ni ile shauku ya wazazi kuwapa watoto wao vitu vizuri hata ikiwa inamaanisha wao wenyewe wasile vizuri au kuvaa nguo nzuri. Lakini, bado kuna mahali katika pembe fulani ya mioyo ya wazazi wanaowapenda watoto wao na ambao pia wanatafuta faida zao wenyewe.

Ikiwa wanawapenda watoto wao kweli, hawana budi kuyatoa maisha yao pasipo kutarajia kupokea chochote. Lakini kuna wazazi wengi ambao huwalea watoto wao ili wajifaidishe na wajiletee heshima wao wenyewe. Wazazi husema, "Ninakwambia haya kwa faida yako mwenyewe," lakini ukweli ni kwamba wanajaribu kuwadhibiti watoto wao kwa njia ambayo wanataka kujitakia umaarufu, au vile vile kujitafutia pesa. Watoto wanapojichagulia taaluma yao au kuoa au kuolewa, wakichagua njia au mke au mume wasiyemtaka, basi wazazi hao huwapinga sana na kuvunjika moyo. Hii inathibitisha kwamba kujitoa kwao kujitahidi wawezavyo kwa ajili ya watoto wao, kulikuwa kwa masharti. Wanajaribu kupata kile wanachotaka kupitia watoto ili walipwe kwa ule upendo waliokuwa nao kwa watoto wao.

Upendo wa watoto kwa kawaida ni mdogo kushinda ule wa wazazi wao. Kuna msemo wa Kikorea unaosema, "Ikiwa wazazi wataugua kwa muda mrefu, watoto wote watawaacha wazazi wao.

Endapo wazazi wao ni wagonjwa na wamezeeka na ikiwa hakuna uwezekano wa kupona, na ikiwa watoto hawana budi kuwatunza, basi wao huona ni vigumu kukabiliana na hali hiyo. Wanapokuwa watoto wadogo, hata husema, "Sitaoa au kuolewa na nitakaa tu na nyinyi wazazi wangu." Huenda wakadhani wanataka kuishi na wazazi wao maisha yao yote. Lakini kadri wanavyozeeka, wanaanza kutopendezwa na wazazi wao kwa sababu wako mbioni kujitafutia riziki. Mioyo ya watu inapenda dhambi sana siku hizi, na ni miovu sana kiasi kwamba wakati mwingine wazazi wanaweza kuwaua watoto wao au watoto kuwaua wazazi wao.

Upendo kati ya Mume na Mke

Je, upendo wa mtu na mkewe u namna gani? Wanapokuwa wana "date", husema maneno yote mazuri sana kama vile, "Siwezi kuishi bila wewe. Nitakupenda milele." Lakini nini hutokea baada ya kuoana? Huanza kuwachukia wapenzi wao na kusema, "Siwezi kuishi jinsi nitakavyo kwa sababu yako. Wewe ulinidanganya."

Walikuwa wakiambiana jinsi walivyokuwa wanapendana, lakini baada ya kuoana, mara kwa mara wanataja kutengana au kupeana talaka kwa sababu tu wanafikiri viwango vyao vya elimu, historia za familia zao, na hulka zao hazifanani. Ikiwa chakula si kizuri kama anavyopenda mume, basi anamlalamikia mkewe na kusema, "Hiki ni chakula gani? Hakuna kitu cha kula." Pia, ikiwa mume hana pesa za kutosha, basi mkewe humsumbua mumewe kwa kusema mambo kama, "Mume wa rafiki yangu tayari amepandishwa cheo na kuwa mkurugenzi na mwingine amekuwa afisa mkuu mtendaji...na wewe utapandiswa cheo lini...na rafiki yangu mwingine amenunua nyumba nzuri zaidi na gari jipya, na sisi tutanunua lini? Tutapata vitu vizuri zaidi lini?"

Takwimu za vurugu za nyumbani nchini Korea, zinasema takriban nusu ya wanandoa wote hutumia vurugu kukabiliana na waume au wake zao. Kwa hiyo wanandoa wengi hupoteza upendo wao wa kwanza waliokuwa nao, na sasa wanaanza kuchukiana na kugombana. Siku hizi, wapo wanandoa wanaoachana wakati wa fungate yao! Pia muda wa wastani wa wakati wa kufunga ndoa hadi kutalakiana unazidi kuwa mfupi. Walidhani walipendana sana, lakini kadri walivyoishi pamoja walianza kuona mapungufu yaliyoko miongoni mwao. Wanazozana wakati wote kwa sababu kila mtu anafikiria kivyake na anapendelea mambo tofauti na mwenzake. Kadri wanavyofanya hivyo, hisia zao zote walizodhani kuwa ni mapenzi hupoa.

Hata ikiwa hawakuwa na migogoro yoyote ya kinyumbani, wataanza kuzoeana na hisia za upendo wa kwanza hupoa kadri muda unavyosonga. Kisha, hatimaye wanawatupia jicho wanaume wengine au wanawake wengine. Yule mume anavunjwa moyo na mkewe anayeonekana mchafu mchafu wakati wa asubuhi, na anazeeka na kunenepa zaidi, na anamwona hapendezi tena. Upendo sharti uwe wa kina kadri muda unavyosonga, lakini mara nyingi sivyo. Mabadiliko yanayotokea kati yao yanadhihirisha kwamba upendo wao ulikuwa wa kimwili na unaojitafutia faida yake wenyewe.

Upendo kati ya Ndugu

Ndugu ambao wamezaliwa na wazazi wamoja na kulelewa pamoja sharti wawe na uhusiano wa karibu zaidi kuliko wanavyohusiana na watu wengine. Wanaweza kutegemeana kwa mambo mengi kwa sababu wameshirikiana katika mambo mengi na wakaweza kupendana sana miongoni mwao. Lakini ndugu wengine wana hali ya kushindana miongoni mwao na huoneana wivu wao kwa wao wenyewe.

Yule kifungua mimba anaweza kuhisi kwa urahisi kwamba kiasi fulani cha upendo anaopaswa kupendwa nacho umeondolewa na sasa wadogo zake ndio wanapendwa sasa. Wale watoto wa pili huenda wakahisi kutokuwa thabiti kwa kuwa watahisi kuwa wana hadhi ya chini kuliko kaka zao au dada zao wakubwa. Wale ndugu ambao wana ndugu wakubwa na wadogo wanaweza kuhisi wana hadhi ya chini kwa ndugu zao wakubwa na wale wakubwa wanaweza kujiona ni mzigo kwa wadogo zao. Huenda pia wakawa na hisia ya kuona wanaonewa maana hawawezi kupata usikivu wa wazazi wao. Ikiwa ndugu waliozaliwa tumbo moja hawatakabiliana na hisia hizo vizuri, wanaweza kuwa na mahusiano yasiyokuwa mazuri na ndugu zao wa kiume na wa kike.

Mauaji ya kwanza katika historia ya mwanadamu yalitekelezwa miongoni mwa ndugu wa kiume. Mauaji hayo yalisababishwa na wivu wa Kaini kwa mdogo wake Habili kuhusu baraka za Mungu. Kuanzia wakati huo, kumekuwa na migogoro na matatizo mengi miongoni mwa ndugu katika historia ya mwanadamu. Yusufu alichukiwa na ndugu zake na kuuzwa kama mtumwa nchini Misri. Mtoto wa kiume wa Daudi aliyeitwa Absalomu alimwagiza mmoja wa watu wake kumuua ndugu yake Amnoni. Leo, ndugu wengi sana hupigana wenyewe kwa wenyewe juu ya pesa za urithi zilizoachwa na wazazi wao. Wanachukuliana kama maadui.

Hata ingawa huenda wasiuane kama ilivyokuwa hapo juu, lakini watakapooa na kuolewa na kuanzisha familia zao, hawataweza kuwajali ndugu zao kama ilivyokuwa awali. Mimi nilizaliwa kama mtoto wa kiume wa mwisho miongoni mwa ndugu sita. Nilipendwa sana na wakubwa zangu wa kiume na wa kike, lakini nilipougua kitandani kwa miaka saba kutokana na magonjwa mbalimbali, hali ilibadilika. Nilizidi kuwa mzigo kwao. Walijaribu kwa kiasi fulani kuyatibu magonjwa yangu, lakini matumaini yalipokuwa hayapo tena, wakaanza kunitelekeza.

Upendo miongoni mwa Majirani

Wakorea wana msemo unaomaanisha "Majirani Binamu". Inamaanisha kwamba majirani zetu ni watu wa karibu zaidi kushinda watu wa jamii zetu. Watu wengi walipokuwa wanalima hapo zamani, majirani walikuwa watu wa thamani sana na waliweza kusaidiana. Lakini msemo huu unazidi kuwa wa uwongo kila uchao. Siku hizi, watu huifunga milango yao kabisa, hata kwa majirani zao. Hata tunatumia vifaa vya hali ya juu vya usalama ili watu wasitufikie. Watu hawajui majirani zao ni kina nani.

Hawawajali wengine na hawana lengo lolote la kutaka kujua majirani zao ni kina nani. Wanajijali tu wao wenyewe, na watu wa familia zao ndio walio muhimu kwao. Hawaaminiani. Pia, wakihisi kuwa majirani zao wanatatiza kwa njia yoyote, wanawadhuru au kuwaharibia mambo fulani, hawatasita kukabiliana nao na kuwatenga. Leo hii kuna watu wengi ambao wanashitakiana kortini kuhusu mambo madogo na huku ni majirani. Kulikuwa na mtu aliyemchoma jirani yake kisu katika ghorofa ya juu katika nyumba fulani kwa sababu walikuwa wanapiga kelele.

Upendo miongoni mwa Marafiki

Kwa hiyo basi, upendo wa marafiki unafaa kuwa wa namna gani? Unaweza kufikiria kuwa rafiki fulani atakuwa upande wako wakati wote. Lakini, hata mtu unayemchukulia kuwa rafiki anaweza kukusaliti na kukuacha ukiwa umevunjika moyo.

Wakati mwingine, mtu anaweza kuwaomba marafiki zake wamkopeshe kiwango kikubwa cha pesa au wawe wadhamini, kwa sababu mtu huyo anakaribia kufilisika. Wale marafiki wakikataa, anasema amesalitiwa na kuanzia hapo hataki kuwaona tena kamwe. Lakini hapa nani anakosea?

Ikiwa unampenda rafiki yako kweli, huwezi kumuumiza huyo rafiki yako. Ikiwa unakaribia kufilisika, na ikiwa marafiki zako wanakuwa wadhamini wako kwenye mkopo, basi ni dhahiri kwamba marafiki zako pamoja na familia zao wanaweza kuteseka pamoja nawe. Je, kuwafanya marafiki zako kupitia hali kama hiyo ni upendo? Huo si upendo. Lakini leo, mambo kama hayo hutokea mara kwa mara. Isitoshe, Neno la Mungu linatukataza kukopa pesa na kukopesha pesa na kutoa dhamana au kuwa mdhamini wa mtu anayetaka kukopa pesa. Tunapokosa kutii maneno hayo ya Mungu, mara nyingi tutakuwa kazi za Shetani na wale wote wanaohusika watakumbwa na uharibifu.

Mwanangu, kama umekuwa mdhamini wa rafiki yako, Ikiwa wewe na mgeni mmepeana mikono, 2Basi umetegwa kwa maneno ya kinywa chako, Umekamatwa kwa maneno ya kinywa chako (Mithali 6:1-2).

Usiwe mmoja wao wawekao rehani; Au walio wadhamini kwa deni za watu (Mithali 22:26).

Watu wengine wanafikiria ni jambo la busara kuwa na urafiki na watu wanaoweza kuwafaidisha. Ukweli ni kwamba leo ni vigumu kumpata mtu ambaye anatoa muda wake, juhudi zake, na pesa zake kwa ajili ya majirani na marafiki zake kwa upendo wa kweli.

Nilikuwa na marafiki wengi wa tangu utotoni. Kabla sijamwamini Mungu, nilichukulia uaminifu miongoni mwa marafiki kuwa jambo muhimu kama maisha yangu. Nilidhani urafiki wetu ungedumu milele. Lakini wakati nilipokuwa kitandani nikiugua kwa muda mrefu, nilitambua fika kwamba huu upendo miongoni mwa marafiki pia ulibadilika kulingana na faida zao wenyewe.

Mwanzoni, marafiki zangu walifanya utafiti kutafuta madaktari wazuri au njia nzuri za tiba ya kiasili na kisha wakanipeleka huko, lakini nilipokosa kupona, waliniacha mmoja mmoja. Baadaye, marafiki pekee niliokuwa nao walikuwa wale marafiki walevi na wacheza kamari. Hata hao marafiki hawakuja kwangu kwa sababu walinipenda, lakini kwa sababu tu walihitaji mahali pa kujivinjari kwa muda tu. Hata katika upendo wa kimwili wanasema wanapendana, lakini punde si punde unabadilika.

Litakuwa jambo zuri sana ikiwa wazazi na watoto, ndugu, marafiki na majirani hawajitafutii faida zao wenyewe na hawabadilishi mtazamo wao. Ikiwa hivi ndivyo ilivyo, ina maana kwamba wana upendo wa kiroho. Lakini mara nyingi, hawana upendo huu wa kiroho, na hawawezi kuridhika kuliko kwa kweli katika hali hii. Wanatafuta upendo kutoka jamaa zao na watu walio karibu nao. Lakini wanapoendelea kufanya hivyo, wataweza kuhisi kiu zaidi ya kupendwa, kana kwamba wanakunywa maji ya bahari kukata kiu yao.

Blaise Pascal alisema kuna nafasi fulani ndani ya mwanadamu na nafasi hiyo ina umbo la Mungu nayo haiwezi kujazwa na kitu chochote kilichoumbwa, lakini Mungu pekee, Muumba, ambaye alitambulishwa na Yesu. Hatuwezi kuhisi kuridhika kuliko kwa kweli na tunahisi hali ya kutokuwa na maana hadi nafasi ile ijazwe na upendo wa Mungu. Je, hii inamaanisha katika ulimwengu huu hakuna upendo wa kiroho usiobadilika? Hapana haubadiliki. Upendo wa kiroho, hauko kila mahali lakini bila shaka upo. 1 Wakorintho sura ya 13 inatuambia waziwazi kuhusu upendo wa kweli.

Upendo huvumilia, hufadhili; upendo hauhusudu; upendo hautakabari; haujivuni; haukosi kuwa na adabu; hautafuti mambo yake; hauoni uchungu; hauhesabu mabaya; haufurahii udhalimu, bali hufurahi pamoja na kweli; huvumilia yote; huamini yote; hutumaini yote; hustahimili yote (1 Wakorintho 13:4-7).

Mungu anaita upendo wa aina hii upendo wa kiroho na upendo wa kweli. Tukiujua upendo wa Mungu na kubadilishwa na ukweli, tunaweza kuwa na upendo wa kweli. Natuwe na upendo wa kiroho ambao kwa huo tunaweza kupendana kwa mioyo yetu yote na kwa mtazamo usiobadilika, hata ikiwa kufanya hivyo hakutufaidishi badala yake kunatuletea madhara.

Njia ya Kuchunguza Upendo wa Kiroho

Kuna watu ambao huamini kwa njia ya makosa kwamba wanampenda Mungu. Tunaweza kuchunguza hisia na matendo tuliyokuwa nayo wakati tunapopitia majaribu na mambo magumu ya kutusafisha, ili tuweze kujua kiwango ambacho tumeweza kukuza upendo wa kiroho wa kweli na upendo wa Mungu. Tunaweza kujichunguza ni kwa kiasi gani tumekuza upendo wa kweli, kwa kuchunguza ikiwa tunafurahi kweli au la na ikiwa tunatoa shukrani kutoka katika vilindi vya mioyo yetu na ikiwa tunayafuata mapenzi ya Mungu au la.

Tukilalamika na kuchukia hali tuliyomo na tukitafuta njia za kidunia na kuwategemea watu, basi hiyo inamaanisha hatuna upendo wa kiroho. Hiyo inathibitisha kuwa ufahamu wetu wa Mungu ni wa kiakili tu, si ufahamu tulio nao na tulioukuza katika mioyo yetu. Kama vile noti ya bandia inavyofanana kabisa na noti halali na ilhali ni kipande cha karatasi, upendo ule unaojulikana tu kichwani si upendo wa kweli. Hauna thamani yoyote. Ikiwa upendo wetu kwa Bwana haubadiliki na ikiwa tunamtegemea Mungu katika hali yoyote ile na katika hali yoyote ngumu, basi tunaweza kusema tumekuza upendo wa kweli ambao ni upendo wa kiroho.

"Basi, sasa inadumu imani, tumaini, upendo, haya matatu; na katika hayo lililo kuu ni upendo."

1 Wakorintho 13:13

Sehemu ya 2
Upendo ulivyo katika Sura ya Upendo

Sura ya 1 Aina ya Upendo Anaoutamani Mungu

Sura ya 2 Sifa za Upendo

Sura ya 3 Upendo Mkamilifu

Aina ya Upendo Anaoutamani Mungu

Nijaposema kwa lugha za wanadamu na za malaika, kama sina upendo, nimekuwa shaba iliayo na upatu uvumao. Tena nijapokuwa na unabii, na kujua siri zote na maarifa yote, nijapokuwa na imani timilifu kiasi cha kuweza kuhamisha milima, kama sina upendo, mimi si kitu. Tena nikitoa mali zangu zote kuwalisha maskini, tena nikijitoa mwili wangu niungue moto, kama sina upendo, hainifaidi kitu.

1 Wakorintho 13:1-3

Kifuatacho ni kisa kilichotokea katika makao ya watoto yatima huko Afrika Kusini. Wale watoto walianza kuugua mmoja mmoja, na idadi yao vile vile ikaongezeka. Lakini hawakuweza kupata sababu yoyote ya magonjwa yao. Basi uongozi wa yale makao ukaalika madaktari mashuhuri waje wawapime. Baada ya utafiti mkali, wale madaktari walisema, "Wanapoamka, wakumbatieni hawa watoto na mwaonyeshe upendo kwa dakika kumi."

Basi wakashangaa kuona yale magonjwa yakipona bila tiba yoyote. Ilikuwa ni kwa sababu watoto walihitaji upendo kuliko kitu chochote kile. Hata ingawa hatuna haja ya kuwa na wasiwasi kuhusu gharama za maisha na tunaishi katika utele, pasipo upendo hatuwezi kuwa na matumaini ya kuishi au kutaka kuishi. Tunaweza kusema kuwa upendo ndicho kipengele muhimu zaidi katika maisha yetu.

Umuhimu wa Upendo wa Kiroho

Sura ya kumi na tatu ya 1 Wakorintho, ambayo inaitwa Sura ya Upendo, kwanza inasisitiza umuhimu wa upendo kabla haswa kuelezea upendo wa kiroho kwa kina. Hii ni kwa sababu tunaposema kwa lugha za wanadamu na za malaika, na tuwe hatuna upendo, tumekuwa shaba iliayo na upatu uvumao.

'Lugha za wanadamu' hazirejelei kuongea kwa lugha kama mojawapo ya karama za Roho Mtakatifu. Zinarejelea lugha zote za wanadamu wanaoishi Duniani kama vile Kiingereza, Kijapani, Kifaransa, Kirusi, n.k. Maendeleo na maarifa yanapangwa vizuri na kupitishwa tu kupitia kwa lugha, na hivyo tunaweza kusema nguvu ya lugha ni kubwa sana. Kwa kutumia lugha tunaweza kuwasilisha na kutoa hisia zetu na mawazo ili tuweze kushawishi au kuigusa mioyo ya watu wengi. Lugha za wanadamu zina uwezo wa kuwagusa watu na zina uwezo wa kukamilisha mambo mengi.

'Lugha za malaika' zinarejelea maneno mazuri sana. Malaika ni viumbe wa kiroho na wanawakilisha 'uzuri'. Watu wanapoongea maneno mazuri kwa sauti nzuri, watu husema watu hao ni kama malaika. Lakini Mungu anasema hata yale maneno ya ufasaha ya wanadamu au maneno mazuri kama ya malaika ni kama shaba iliayo na upatu uvumao ikiwa hakuna upendo (1 Wakorintho 13:1).

Kipande kizito, na kigumu cha chuma au shaba hakitoi sauti kali kinapopigwa. Ikiwa kipande cha shaba kinatoa sauti kali, inamaanisha kina tundu ndani yake au ni chembamba na chepesi. Upatu hutoa sauti ya juu kwa sababu hutengenezwa kutokana na vipande vidogo vya shaba. Ndivyo ilivyo na wanadamu. Sisi tuna thamani zaidi ikilinganishwa na ngano yenye masuke wakati tu tunapokuwa wana wa kweli wa Mungu kwa kuujaza moyo wetu na upendo. Kinyume chake, wale wasiokuwa na upendo ni kama makapi yasiyo na faida. Kwa nini iwe hivyo?

1 Yohana 4:7-8 inasema, "Wapenzi, na mpendane; kwa kuwa pendo latoka kwa Mungu, na kila apendaye amezaliwa na Mungu, naye anamjua Mungu. Yeye asiyependa, hakumjua Mungu, kwa maana Mungu ni upendo." Yaani, wale wasiopenda hawana uhusiano wowote na Mungu, na ni kama makapi yasiyokuwa na nafaka ndani yake.

Maneno ya watu kama hao hayana thamani yoyote hata yawe ya ufasaha na mazuri sana, kwa maana hayawezi kutoa upendo wa kweli kwa wengine au kuwapa uzima. Lakini yanaleta usumbufu kwa watu wengine kama vile shaba iliayo na upatu uvumao, kwa sababu ni mepesi na tupu. Kwa upande mwingine, maneno yaliyo na upendo yana uwezo wa ajabu wa kutoa uzima. Tunaweza kuona ushahidi kama huo katika maisha ya Yesu.

Upendo Halisi Hutoa Uzima

Siku moja Yesu alikuwa akifundisha Hekaluni, na waandishi na Mafarisayo wakamleta mwanamke mmoja mbele zake. Alifumaniwa akizini. Wale waandishi na Mafarisayo waliomleta yule mwanamke hawakuwa na huruma hata chembe.

Wakamwambia, Mwalimu, mwanamke huyu amefumaniwa alipokuwa akizini. Basi katika torati, Musa alituamuru kuwapiga kwa mawe wanawake kama hawa; nawe wasemaje? (Yohana 8:4-5)

Sheria ya Israeli ni Neno na Sheria ya Mungu. Ina kirai kinachosema kwamba mtu akizini lazima apigwe mawe hadi afe. Kama Yesu angesema wampige mawe kulingana na Sheria, ilimaanisha alikuwa anayapinga maneno yake mwenyewe, kwa maana aliwafundisha watu wawapende maadui zao. Kama angesema asamehewe, basi ilikuwa wazi hiyo ni kinyume cha Sheria. Kufanya hivyo kulikuwa ni kwenda kinyume na Neno la Mungu.

Wale waandishi na Mafarisayo walikuwa wanajigamba wakidhani kwamba sasa walikuwa wamepata fursa ya kumtega Yesu. Yesu akatambua mioyo yao vizuri, akainama chini na kuandika kitu mchangani kwa kidole chake. Kisha, akainuka na kusema,"Yeye asiye na dhambi miongoni mwenu na awe wa kwanza wa kumtupia jiwe" (Yohana 8:7).

Yesu alipoinama tena chini na kuandika mchangani kwa kidole chake, watu waliondoka mmoja mmoja, na mwishowe akabaki yule mwanamke na Yesu. Yesu aliyanusurisha maisha ya mwanamke huyu pasipo kuivunja Sheria.

Kwa nje, kile walichokuwa wakisema wale waandishi na Mafarisayo kilikuwa sahihi kwa kuwa walisema vile Sheria ya Mungu ilivyosema. Lakini nia waliyokuwa nayo katika maneno hayo ilikuwa tofauti sana na ile ya Yesu. Walikuwa wanajaribu kuwadhuru wengine ilhali Yesu alikuwa anajaribu kuziokoa nafsi.

Tukiwa na moyo wa aina hii wa Yesu, tutaomba huku tukifikiria juu ya maneno yanayoweza kuwatia nguvu wengine na kuwaelekeza kwenye ukweli. Tutajaribu kutoa uzima kwa kila neno tutakaloongea. Watu wengine hujaribu kuwashawishi wengine kwa Neno la Mungu au hujaribu kurekebisha tabia za watu wengine kwa kuwaonyesha mapungufu yao na makosa yao. Hata kama maneno kama hayo ni ya kweli, hayawezi kuleta mabadiliko kwa watu wengine au kuwapa uzima, alimradi maneno hayo hayajanenwa kwa upendo.

Kwa hiyo, sharti wakati wote tujichunguze kama tunaongea kwa utakatifu wetu wenyewena mfumo wetu wa mawazo, au kama maneno yetu yanatokana na upendo ili yawape wengine uzima. Badala ya maneno matamu ya upole, neno lenye upendo wa kiroho linaweza kuwa maji ya uzima na kukata kiu ya nafsi, na yanaweza kuwa vito vinavyoleta furaha na faraha kwa nafsi zinazoumia.

Upendo Wenye Matendo Ya Kujitoa Mwenyewe

Kwa kawaida 'unabii' unarejelea kuongea kuhusu matukio ya siku zijazo. Katika maana ya kibiblia unabii ni kupokea moyo wa Mungu katika pumzi ya Roho Mtakatifu kwa lengo maalum na kuongea kuhusu matukio yajayo. Kutoa unabii si kitu kinachoweza kufanywa kwa mapenzi ya wanadamu. 2 Petro 1:21

inasema, "...Maana unabii haukuletwa popote kwa mapenzi ya mwanadamu; bali wanadamu walinena yaliyotoka kwa Mungu, wakiongozwa na Roho Mtakatifu. Karama hii ya unabii haipewi kila mtu bila mpangilio. Mungu hatoi karama hii kwa mtu ambaye hajatakaswa, kwa sababu anaweza kuwa mtu mwenye kiburi.

'Karama ya unabii,' kama ilivyo katika sura ya upendo wa kiroho si karama inayopewa watu wachache maalum. Inamaanisha kwamba yeyote anayemwamini Yesu Kristo na anakaa katika ukweli anaweza kuona yajayo na kutabiri. Yaani, Bwana atakaporudi hewani, wale waliookoka watanyakuliwa hewani na wahusike katika Karamu ya Harusi ya Miaka Saba, ilhali wale wasiookoka watapata Dhiki Kuu ya Miaka Saba hapa duniani na kuingia Jehanamu baada ya Hukumu Kuu ya Kiti Cha Enzi Cheupe. Lakini hata ingawa watoto wote wa Mungu wana karama ya unabii katika njia hii ya 'kunena kuhusu matukio yajayo', si wote walio na upendo wa kiroho. Isitoshe, ikiwa hawana upendo wa kiroho, watabadilisha mtazamo wao kwa kufuata faida yao wenyewe, na kwa hiyo karama ya roho haitawafaidi chochote. Karama yenyewe haiwezi kuutangulia au kuupita upendo.

'Siri" hapa inarejelea ile siri ambayo ilikuwa imefichwa tangu zamani, ambayo ni neno la msalaba (1 Wakorintho 1:18). Neno la msalaba ni ule upaji wa wokovu wa mwanadamu, ambao ulikuwa umetengenezwa na Mungu kabla ya wakati kupitia uwezo wake. Mungu alijua kwamba wanadamu wangetenda dhambi na kuanguka kwenye njia ya mauti. Kwa sababu hii alikuwa amemuandaa Yesu Kristo ambaye angekuwa Mwokozi hata kabla ya wakati. Mungu aliweka upaji huu sirini hadi pale ulipotimizwa. Kwa nini alifanya hivyo? Njia ya wokovu ingekuwa yajulikana, haingekuwa imetimizwa kwa sababu ya adui ibilisi na Shetani kutatiza shughuli hiyo (1 Wakorintho 2:6-8). Adui ibilisi na Shetani walidhani wangeweza kubaki na mamlaka waliyopokea kutoka kwa Adamu milele endapo wangemuua Yesu. Lakini, ilikuwa ni kwa sababu walichochea watu waovu na wakamuua Yesu ndiposa njia ya wokovu ikaweza kufunguliwa. Hata hivyo, ingawa tunafahamu siri kubwa kama hiyo, kuwa na ufahamu huo hautufaidi chochote ikiwa hatuna upendo wa kiroho.

Ndivyo ilivyo na maarifa. Hapa, 'maarifa' halirejelei mafundisho ya shuleni. Maarifa linamaanisha maarifa ya Mungu na ya ukweli katika vitabu 66 vya Biblia. Tunapomjua Mungu kupitia Biblia, sharti pia tukutane naye na tumshuhudie moja kwa moja na tumuamini kutoka mioyoni mwetu. Vinginevyo ufahamu wa Neno la Mungu utabaki kama kuwa ufahamu tu vichwani mwetu. Tunaweza hata kutumia ufahamu huo kwa njia isiyokuwa nzuri, kwa mfano, katika kuwahukumu na kuwatia wengine hatiani. Kwa hiyo, maarifa bila upendo wa kiroho hayatufaidi kitu.

Na je, tukiwa na imani kubwa ambayo inaweza kuhamisha milima? Kuwa na imani kubwa hakumaanishi kwamba mtu ana upendo mkubwa. Basi, kwa nini kiwango cha imani na kiwango cha upendo haviwiani kwa kiwango sawa? Imani inaweza kukua kwa kuona ishara na miujiza na kazi za Mungu. Petro aliona ishara nyingi na maajabu yakitendwa na Yesu na kwa sababu hiyo aliweza kutembea juu ya maji wakati Yesu alipokuwa akitembea juu ya maji. Alitembea kwa muda mfupi tu. Lakini wakati huo Petro hakuwa na upendo wa kiroho kwa sababu hakuwa amempokea Roho Mtakatifu. Hakuwa ameutahiri moyo wake kwa kuzitupilia mbali dhambi zake. Kwa hiyo, baadaye alipotishiwa maisha yake, alimkana Yesu mara tatu.

Tunaweza kuelewa kwa nini imani yetu inaweza kukua kupitia

mambo tunayopitia, lakini upendo wa kiroho unatoka ndani ya mioyo yetu wakati tu tunapotia bidii, tunapojitoa, na kuziacha dhambi. Lakini haimaanishi kuwa hakuna uhusiano wa moja kwa moja kati ya imani ya kiroho na upendo. Tunaweza kujaribu kuziacha dhambi na tunaweza kujaribu kumpenda Mungu na nafsi kwa sababu tuna imani. Lakini pasipo kuwa na matendo ya kufanana na Bwana na pasipo kuukuza upendo wa kweli, kazi tunayoifanya kwa ajili ya ufalme wa Mungu haitahusiana na Mungu kamwe hata tujitahidi kuwa waaminifu kiasi gani. Itakuwa kama Yesu alivyosema, "Ndipo nitawaambia dhahiri, Sikuwajua ninyi kamwe; ondokeni kwangu, ninyi mtendao maovu" (Mathayo 7:23).

Upendo Unaoleta Thawabu za Mbinguni

Kwa kawaida, karibu mwishoni mwa mwaka, mashirika mengi na watu binafsi huchanga pesa kusaidia kampuni za matangazo au magazeti ili kuwasaidia wenye mahitaji. Sasa, itakuwa vipi endapo majina yao hayatatajwa na magazeti au mtangazaji? Kuna uwezekano mkubwa kwamba hakutakuwa na watu wengi na kampuni nyingi ambazo zitatoa mchango.

Yesu alisema katika Mathayo 6:1-2, "Angalieni msifanye wema wenu machoni pa watu, kusudi mtazamwe na wao; kwa maana mkifanya kama hayo, hampati thawabu kwa Baba yenu aliye mbinguni. Basi wewe utoapo sadaka, usipige panda mbele yako, kama wanafiki wafanyavyo katika masinagogi na njiani, ili watukuzwe na watu. Amin, nawaambieni, Wamekwisha kupata thawabu yao." Tukiwasaidia wengine ili tuweze kujipatia heshima kutoka kwa watu, basi tunaweza kuheshimiwa kwa muda, lakini hatutapokea thawabu yoyote kutoka kwa Mungu.

Kutoa kwa aina hii ni kwa kujiridhisha mwenyewe au kwa

kutufanya tujigambe. Mtu akifanya kazi ya kuwasaidia wengine kama jambo la kawaida, moyo wake utainuliwa zaidi na zaidi kadri anavyosifiwa. Mungu akimbariki mtu wa aina hii, huenda akajiona anafaa machoni mwa Mungu. Kisha, hatautahiri moyo wake, na kufanya hivyo kutamdhuru yeye mwenyewe. Ukifanya kazi za kuwasaidia wengine kwa kuwapenda majirani zako, hutajali ikiwa watu watakutambua au la. Hii ni kwa sababu unaamini kwamba Mungu Baba anayeona yale unayotenda sirini atakupa thawabu (Mathayo 6:3-4).

Kazi za kuwasaidia wengine zinazofanywa katika Bwana hazihusu tu kutoa mahitaji ya kimsingi kama vile nguo, chakula, na makao. Sana sana zinahusu kuwapa wengine mkate kiroho ili kuokoa nafsi zao. Leo, iwe ni waamini katika Bwana au la, watu wengi wanasema kuwa jukumu la makanisa ni kuwasaidia wagonjwa, watu waliotelekezwa, na maskini. Bila shaka si makosa kufanya hivyo, lakini kwanza majukumu ya kwanza ya kanisa ni kuhubiri injili na kuokoa nafsi ili ziweze kupokea amani ya kiroho. Lengo la mwisho la kazi za kuwasaidia wengine lipo katika malengo haya.

Kwa hiyo, tunapowasaidia wengine, ni muhimu sana kufanya kazi ya kusaidia watu kwa kupokea mwongozo kutoka kwa Roho Mtakatifu. Ikiwa msaada usiofaa unapewa mtu fulani, inaweza kuwa rahisi kwa mtu huyo kujiondoa na kujiweka mbali zaidi na Mungu. Baya zaidi, hilo linaweza hata kumpeleka mautini. Kwa mfano, tukiwasaidia wale ambao wamekuwa maskini kutokana na kunywa pombe kupita kiasi na kucheza kamari au wale ambao wanateseka kwa sababu walienda kinyume na mapenzi ya Mungu, basi msaada huo utawaelekeza pabaya hata zaidi. Bila shaka haimaanishi hatupaswi kuwasaidia wale wasiokuwa waamini. Sharti tuwasaidie watu wasioamini kwa kuwaonyesha upendo wa

Mungu. Lazima tusisahau kwamba lengo kuu la kazi za kuwaisaidia watu ni kuieneza injili.

Kwa wale waamini wachanga ambao wana imani dhaifu, ni sharti tuwatie nguvu hadi imani yao iweze kukomaa. Wakati mwingine hata miongoni mwa wale walio na imani, kuna watu ambao wanaugua magonjwa waliozaliwa nayo au magonjwa mengineyo na wengine walipata ajali na ajali hiyo ikawafanya wasiweze kujitafutia riziki wao wenyewe. Pia kuna wananchi waliozeeka wanaoishi peke yao au kuna watoto ambao hawana budi kukimu mahitaji ya kinyumbani kwa sababu wazazi wao walifariki. Watu hawa huenda wanahitaji sana kusaidiwa. Tukiwasaidia watu hawa ambao ni wahitaji, Mungu atafanikisha nafsi zetu na kuyafanya mambo yote yatuendee vizuri.

Katika Matendo 10, Kornelio alikuwa mtu aliyepokea baraka. Kornelio alimcha Mungu na aliwasaidia Wayahudi sana. Alikuwa jemadari, afisa mwenye cheo kikubwa miongoni mwa majeshi yaliyokuwa yakitawala Israeli. Katika hali yake lazima ilikuwa vigumu kwake kuweza kuwasaidia watu wa eneo lake. Bila shaka Wayahudi walikuwa wanashuku kile alichokuwa akifanya na huenda wenzake walimkosoa kwa kile alichokuwa akifanya. Lakini, kwa sababu alimcha Mungu hakuacha kufanya kazi nzuri na kuwasaidia watu. Mungu aliyaona matendo yake yote, na akamtuma Petro nyumbani kwake ili si tu familia wapokee Roho Mtakatifu na wokovu, bali pia wale wote waliokuwa pamoja naye nyumbani kwako waokolewe na kumpokea Roho Mtakatifu pia.

Si matendo ya kuwasaidia watu tu ambayo ni lazima yatekelezwe kwa upendo wa kiroho bali pia sadaka zinazotolewa kwa Mungu. Katika Marko 12, tunasoma habari zinazomhusu mjane aliyesifiwa na Yesu kwa kuwa alitoa sadaka kwa moyo wake wote. Alitoa senti mbili za shaba, ambazo ndizo pesa zote alizokuwa nazo. Kwa hiyo, kwa nini Yesu alimsifu? Mathayo 6:21 inasema, "...kwa kuwa hazina yako ilipo, ndipo utakapokuwapo na moyo wako pia." Kama ilivyosemwa, yule mjane alipotoa vyote alivyokuwa navyo, ilimaanisha moyo wake wote ulimwelekea Mungu. Tendo hilo lilionyesha jinsi alivyompenda Mungu. Kinyume chake, sadaka zinazotolewa shingo upande au kwa kuzingatia mitazamo ya watu na maoni yao hazimpendezi Mungu. Matokeo yake ni kwamba, sadaka za aina hiyo hazimfaidi anayetoa.

Sasa natuzungumzie kuhusu sadaka ya kujitoa. "Nikijitoa mwili niungue moto" hapa inamaanisha, "kujitoa kabisa kama sadaka." Kwa kawaida sadaka hutolewa kwa upendo, lakini zinaweza kutolewa pasipo upendo. Basi, sadaka zinazoweza kutolewa pasipo upendo ni gani?

Kulalamika kuhusu mambo mbalimbali baada ya kufanya kazi ya Mungu ni mfano wa sadaka inayotolewa pasipo upendo. Ni wakati umetumia nguvu zako zote, wakati na pesa zako kwa ajili ya kazi ya Mungu, lakini hakuna anayetambua na kuisifu kazi yako na kisha unajisikitikia na kulalamika juu yake. Ni wakati unapomwona mfanyakazi mwenzako na unahisi hana bidii kama wewe hata ingawa anasema anampenda Mungu na anampenda Bwana. Unaweza hata ukajisemea kwamba huyo mwenzako ni mvivu. Mwishowe unawahukumu na kuwatia hatiani. Mtazamo huu unaanza kwa siri kukufanya upende kuona sifa zako zikifunuliwa kwa wengine, ili wakusifu na ujivune kwa kiburi cha uaminifu wako. Kujitoa kama sadaka kwa aina hii huenda kukaiondoa amani miongoni mwa watu na kumvunja Mungu moyo. Hivi ndivyo sadaka inayotolewa pasipo upendo isivyokuwa na faida yoyote.

Unaweza usilalamike waziwazi kwa maneno. Lakini ikiwa

hakuna mtu atakayetambua kazi zako za uaminifu, utavunjika moyo na unadhani kuwa wewe si chochote na ari yako kwa Bwana ianze kufifia. Mtu akiyafunua makosa na mapungufu katika kazi ulizozifanya kwa nguvu zako zote, kazi ulizozifanya kufikia kiwango cha kujitoa mwenyewe kama sadaka, huenda ukafa moyo na ukawalaumu wale waliokukosoa. Mtu anapozaa matunda zaidi kuliko wewe na asifiwe na kupendelewa na wengine, utaanza kuingiwa na wivu na kumwonea kijicho. Kisha, haijalishi umekuwa mwaminifu na mwenye bidii kiasi gani, huwezi kuipata furaha ya kweli ndani yako. Unaweza hata kuacha kutekeleza majukumu yako.

Pia kuna wengine ambao wana ari tu wakati watu wengine wanawatazama. Wanapokuwa hawaonekani na watu wengine na hawatambuliwi tena, wanaanza kuwa wavivu na kufanya kazi zao pasipo umakinifu na vibaya. Badala ya kutenda kazi ambazo hazionekani kwa nje, wanajaribu tu kukamilisha kazi zinazoonekana sana kwa nje. Hii ni kwa sababu ya shauku yao ya kujionyesha kwa wakubwa wao na watu wengine wengi ili waweze kuwasifu.

Kwa hiyo ikiwa mtu ana imani inawezekanaje ajitoe kama sadaka pasipo upendo? Ni kwa sababu hana upendo wa kiroho. Hana hali ya kuhisi wanamiliki. Anaamini katika moyo wake kwamba kile kilicho cha Mungu ni chake na kwamba chake ni cha Mungu.

Kwa mfano, hebu linganisha hali ambapo mkulima anatayarisha shamba lake na mkulima mwingine analima shamba la mwingine kwa ujira anaolipwa. Mkulima anapolima shambani kwake hufanya kazi kuanzia asubuhi hadi usiku sana. Haachi kufanya shughuli zote za ukulima na vilevile hutenda kazi zote pasipo kukosa. Lakini mkulima wa kulipwa hufanya kazi katika shamba la mtu mwingine, hatumii nguvu zake zote kufanya kazi hiyo, lakini badala yake hutamani jua litue haraka sana ili aweze kupokea ujira wake na aende zake nyumbani. Kanuni hiyo hiyo vilevile ndiyo inatumika katika Ufalme wa Mungu. Ikiwa watu hawana upendo wa Mungu katika mioyo yao, watamtendea kazi kiholela kama watu wa kibarua wanaotaka ujira wao tu. Watalalamika na kuguna wasipolipwa ujira wao kama walivyotarajia.

Ndiyo maana Wakolosai 3:23-24 inasema, "Lolote mfanyalo, lifanyeni kwa moyo, kama kwa Bwana, wala si kwa wanadamu, 24mkijua ya kuwa mtapokea kwa Bwana ujira wa urithi. Mnamtumikia Bwana Kristo." Kuwasaidia wengine na kujitoa kama sadaka pasipo upendo wa kiroho hakuhusiani na Mungu kamwe, na hiyo inamaanisha hatuwezi kupokea thawabu yoyote kutoka kwa Mungu (Mathayo 6:2).

Ikiwa tunataka kutoa sadaka kwa moyo wa kweli, lazima tuwe na upendo wa kiroho mioyoni mwetu. Ikiwa mioyo yetu imejaa upendo wa kweli, tunaweza kuendelea kuyatoa maisha yetu kwa Bwana na vyote tulivyo navyo, iwe watu wanatutambua au la. Kama vile mshumaa unavyowashwa na kung'aa gizani, tunaweza kutoa vyote tulivyo navyo. Katika Agano la Kale, makuhani walipochinja mnyama wamtoe kwa Mungu kama sadaka ya ondolea la dhambi, walimwaga damu yake na kuchoma mafuta yake kwenye moto wa madhabahu. Bwana wetu Yesu, kama yule mnyama aliyetolewa dhabihu kama ondoleo la dhambi, alimwaga tone lake la mwisho la damu na maji kuwakomboa wanadamu kutokana na dhambi zao. Alituonyesha mfano wa kujitoa sadaka kuliko kwa kweli.

Kwa nini sadaka yake imekuwa na nguvu na kuwafanya wengi

waupokee wokovu? Hii ni kwa sababu sadaka yake aliitoa kwa upendo wa kweli. Yesu alikamilisha mapenzi ya Mungu kufikia kiwango cha kuyatoa maisha yake kama sadaka. Aliombea nafsi za watu hata katika kipindi chake cha mwisho kabla hajasulubishwa (Luka 23:34). Kwa sababu ya sadaka hii ya kweli, Mungu alimwinua na akampa nafasi yenye utukufu zaidi Mbinguni.

Kwa hiyo, Wafilipi 2:9-10, "Kwa hiyo tena Mungu alimwadhimisha mno, akamkirimia Jina lile lipitalo kila jina; 10* ili kwa jina la Yesu kila goti lipigwe, la vitu vya mbinguni, na vya duniani, na vya chini ya nchi."

Tukitupilia mbali ulafi na tamaa chafu na kujitoa kama sadaka kwa mioyo safi kama Yesu, Mungu atatuinua na kutuweka katika nafasi ya juu zaidi. Bwana wetu anaahidi katika Mathayo 5: 8, "Heri wenye moyo safi; Maana hao watamwona Mungu." Kwa hiyo, tutapokea baraka ili tuweze kumwona Mungu uso kwa uso.

Upendo Unaopita Haki

Mchungaji Yang Won Sohn anaitwa 'Upendo wa Bomu la Atomiki'. Alionyesha mfano wa sadaka iliyotolewa kwa upendo wa kweli. Aliwatunza wenye ukoma kwa nguvu zake zote. Pia alifungwa jela kwa kukataa kuabudu kwenye mizimu ya Kijapani chini ya utawala wa Wajapani huko Korea. Licha ya kazi aliyomfanyia Mungu kwa kujitoa kabisa, hakuwa na budi kusikia habari za kushtusha. Mnamo mwaka 1948, wawili kati ya watoto wake wa kiume waliuawa na askari wa mrengo wa siasa kali katika uasi uliopinga utawala wa wakati huo.

Watu wa kawaida wangekuwa wamemlalamikia Mungu wakisema, "Kama Mungu yu hai, mbona ananifanyia haya?" Lakini alitoa shukrani tu kwamba watoto wake wawili wa kiume waliuawa na wako mbinguni ubavuni mwa Bwana. Isitoshe, alimsamehe yule muasi aliyewaua watoto wake wawili wa kiume na hata akamfanya kuwa mwanawe. Alimshukuru Mungu katika njia tisa za shukrani wakati wa mazishi ya watoto wake, jambo ambalo limeigusa mioyo ya watu wengi sana.

"Kwanza kabisa, nashukuru kwamba wanangu waliuawa kwa imani yao hata ingawa ni damu yangu, kwa maana nimejaa dhambi..

Pili, nashukuru kwa maana Mungu alinipa watoto hawa wenye thamani wawe familia yangu miongoni mwa familia nyingine nyingi sana za waamini.

Tatu, nashukuru kuwa mtoto wangu wa kwanza na wa pili wote walitolewa kama sadaka, na hawa walikuwa ndio watoto wazuri zaidi kati ya watoto wangu watatu wa kiume na watatu wa kike.

Nne, ni vigumu kwa mtoto mmoja kufia imani yake, lakini kwangu mimi kuwa na watoto wawili wa kiume waliuawa kwa imani yao, nashukuru.

Tano, ni baraka kufa kwa amani na imani katika Bwana Yesu, na ninashukuru kwamba walipokea utukufu wa kuifia imani kwa kupigwa risasi na kuuawa walipokuwa wakihubiri injili.

Sita, wanangu walikuwa wanajiandaa kwenda Marekani kusoma, na sasa wameenda katika ufalme wa mbinguni, ambapo ni pahali pazuri zaidi kushinda Marekani. Ninahisi afueni na ninashukuru.

Saba, namshukuru Mungu aliyeniwezesha kumchukua yule adui aliyewaua wanangu na kumfanya kuwa mtoto wangu.

Nane, nashukuru kwa sababu ninaamini kutakuwa na matunda mengi ya Mbinguni kupitia kuuawa kwa watoto wangu kwa sababu ya imani yao.

Tisa, namshukuru Mungu aliyeniwezesha kutambua upendo wa Mungu ili niweze kufurahi hata katika hali hii ngumu."

Mchungaji Yang Won Sohn hakutoroka huko katika kipindi cha Vita vya Korean. Alifanya hivyo ili awatunze wagonjwa huko. Hatimaye aliuawa na askari wa kikokomunisti kwa ajili ya imani yake. Aliwatunza wagonjwa ambao waliokuwa wametelekezwa kabisa na wengine, na alimtendea wema yule adui yake aliyewaua watoto wake. Aliweza kujitoa mwenyewe kama alivyofanya kwa sababu alimpenda Mungu sana na aliwapenda watu wengine.

Katika Wakolosai 3:14 Mungu anatuambia, "Zaidi ya hayo yote jivikeni upendo, ndio kifungo cha ukamilifu." Hata tukiongea maneno mazuri ya malaika na tukiwa na uwezo wa kutoa unabii na tukiwa na imani ya kuhamisha milima, na kujitoa kwa ajili ya wale wenye mahitaji, matendo hayo si mambo yaliyo kamilifu machoni mwa Mungu alimradi hayajatendwa kwa upendo wa kweli. Sasa, natuangalie kwa kina maana iliyopo katika upendo wa kweli ili tuweze kupata upeo usio na mipaka wa upendo wa Mungu.

Sifa za Upendo

"Upendo huvumilia, hufadhili; upendo hauhusudu; upendo hautakabari; haujivuni; haukosi kuwa na adabu; hautafuti mambo yake; hauoni uchungu; hauhesabu mabaya; haufurahii udhalimu, bali hufurahi pamoja na kweli; huvumilia yote; huamini yote; hutumaini yote; hustahimili yote."

1 Wakorintho 13:4-7

Katika Mathayo 24, tunaona tukio ambapo Yesu alikuwa anaomboleza alipouangalia mji wa Yerasalemu, huku akijua wakati wake ulikuwa umekaribia. Ilibidi aangikwe msalabali kulingana na mpango wa Mungu, lakini alipofikiria kuhusu majanga ambayo yangewakumba Wayahudi na mji wa Yerusalemu, hakuweza kujizuia kuomboleza. Wanafunzi walishangaa na wakauliza swali hili: Nayo ni nini dalili ya kuja kwako, na ya mwisho wa dunia? " (kif. 3)

Kwa, hiyo Yesu aliwaambia kuhusu ishara nyingi na alisema kwa huzuni kwamba upendo utapunguka. "Na kwa sababu ya kuongezeka maasi, upendo wa wengi utapunguka" (kif. 12).

Leo, tunaweza kwa hakika kuhisi kwamba upendo wa watu umepunguka. Watu wengi hutafuta upendo, lakini hawajui upendo wa kweli ni nini, yaani upendo wa kiroho. Hatuwezi kuwa na upendo wa kweli kwa kuwa tu tunapenda tuwe nao. Tunaweza kuanza kuupata kadri upendo wa Mungu unavyoingia katika mioyo yetu. Kisha tunaweza kuanza kuelewa upendo huo ni nini na pia kuanza kutupitia mbali uovu katika mioyo yetu.

Warumi 5:5 inasema, "...na tumaini halitahayarishi; kwa maana pendo la Mungu limekwisha kumiminwa katika mioyo yetu na Roho Mtakatifu tuliyepewa sisi." Kama nilivyosema, tunaweza kuhisi upendo wa Mungu kupitia Roho Mtakatifu mioyoni mwetu.

Mungu anamwambia kuhusu sifa zote za upendo wa kiroho 1 Wakorintho 13:4-7. Watoto wa Mungu wanahitajika kujifunza sifa hizo na kuzitendea kazi ili waweze kuwa wajumbe wa upendo wanaoweza kuwafanya watu wakahisi upendo wa kiroho.

1. Upendo Huvumilia

Ikiwa mtu hana uvumilivu, miongoni mwa sifa zote za upendo wa kiroho, anaweza kuwavunja moyo wengine kwa urahisi. Tuseme kwa mfano msimamizi anampa kazi mtu fulani aifanye, na mtu huyo asiitende kazi hiyo vizuri. Kwa hiyo, yule msimamizi atachukua hiyo kazi kwa haraka na kumpa mtu mwingine aweze kuikamilisha. Yule mtu wa kwanza aliyepewa hiyo kazi huenda akakata tamaa kwa kutopewa fursa ya pili ya kuweza kuikamilisha vizuri hiyo kazi. Mungu ameweka 'uvumilivu' kama sifa ya kwanza ya upendo wa kiroho kwa sababu ndiyo sifa ya msingi kabisa katika kuukuza upendo wa kiroho. Ikiwa tunapenda kweli, basi kusubiri si jambo linalochosha.

Tunapotambua upendo wa Mungu, tunajaribu kushiriki upendo huo na watu walio karibu nasi. Wakati mwingine tunapojaribu kuwapenda wengine kwa njia hii, watu wanaitikia kwa njia ambayo inaweza kutuvunja mioyo au kutuletea hasara kuwa au madhara makubwa. Kisha, hao watu hawataonekana kuwa wanapendeza tena, na hatutaweza kuwaelewa vizuri. Ili tuweze kuwa na upendo wa kiroho, tunahitaji kuwavumilia watu hao na hata kuwapenda. Hata wakitusema vibaya, wakituchukia, au wakijaribu kutuingiza katika mateso bila sababu yoyote, lazima tudhibiti akili zetu na tuwe wavumilivu na tuwapende.

Siku moja mshirika mmoja aliniomba nimwombee mkewe aliyekuwa amekumbwa na mfadhaiko. Pia alisema yeye mwenyewe alikuwa mlevi kupindukia na mara alipoanza kunywa angebadilika na kuwa mtu mwingine kabisa na kuwatatiza sana jamaa zake. Hata hivyo, mke wake, alimvumilia na akajaribu kuyafunika makosa yake kwa upendo. Lakini mazoea yake hayakubadilika, na kadri muda ulivyosonga ndivyo alivyozidi kulewa chakari. Mke wake alipoteza ari ya kuishi na akalemewa na hali ya mfadhaiko.

Aliwafanya jamaa zake wapitie kipindi kigumu kwa sababu ya ulevi wake, lakini alikuja ili nimuombee kwa sababu bado alimpenda mke wake. Baada ya kusikia habari zake, nilimwambia, "Ikiwa kweli unampenda mkeo, mbona ni vigumu kwako kuacha kuvuta sigara na kunywa pombe? Naye hakusema chochote na alionekana hana ujasiri. Niliisikitia familia hii. Basi nilimwombea yule mkewe ili Mungu amponye kutokana na mfadhaiko, na kisha nikamwombea mumewe ili aweze kuacha kuvuta sigara na kunywa pombe. Nguvu za Mungu zilikuwa za ajabu sana! Aliweza kuacha kuwaza kunywa pombe mara tu baada ya kumwombea. Kabla sijamwombea, kulikuwa hakuna njia ya kumwezesha kuacha kunywa pombe, lakini aliacha mara moja baada ya kumwombea. Pia mke wake aliponywa kutokana na mfadhaiko.

Kuwa Mvumilivu Ndio Mwanzo wa Upendo wa Kiroho

Ili tuweze kukuza upendo, tunahitaji kuwavumilia wengine katika hali yoyote ile. Je, unasumbuliwa na hali yako ya kuvumilia? Au, kama ilivyokuwa kwa huyu mke aliyetajwa, je, huwa unavunjika moyo wakati umevumilia kwa muda mrefu na hali inaonekana haibadiliki na kuwa nzuri? Basi, kabla hujalaumu hali unazopitia au watu wenigne, tunahitaji kuichunguza mioyo yetu kwanza. Ikiwa tumekuza ukweli mioyoni mwetu kabisa, hakuna hali ambazo zinaweza kuwa ngumu kwetu kuwa wavumilivu. Yaani, ikiwa hatuwezi kuwa wavumilivu, inamaanisha mioyo yetu bado itakuwa na uovu, ambao ni uwongo, kufikia kiwango cha kukosa uvumilivu.

Kuwa wavumilivu kunamaanisha tunajivumilia wenyewe pamoja na mateso yote tunayokumbana nayo tunapojaribu kuonyesha upendo wa kweli. Inawezekana kukawa na hali ngumu wakati tunapojaribu kumpenda kila mtu katika kutii Neno la Mungu, na ni ule uvumilivu wa upendo wa kiroho wa kuwa wavumilivu katika hali zote.

Uvumilivu huu ni tofauti na uvumilivu uliotajwa kama moja ya matunda tisa ya Roho Mtakatifu katika Wagalatia 5:22-23. Je, ni tofauti kiasi gani? "Uvumilivu" ambao ni moja ya matunda tisa ya Roho Mtakatifu unatuhimiza kuwa wavumilivu katika kila kitu kwa ufalme wa Mungu na kwa haki yake, ilihali uvumilivu katika upendo wa kiroho ni kuwa wavumilivu ili tukuze upendo wa kiroho, na hivyo una maana finyu na maalum zaidi. Tunaweza uvumilivu huu uko ndani ya ule uvumilivu ambao ni moja kati ya matunda tisa ya Roho Mtakatifu.

Siku hizi, watu hupelekana mahakamani kwa urahisi kwa kosa dogo la kuharibu mali au hali yao nzuri. Kuna kesi nyingi sana miongoni mwa watu. Mara nyingi wanawashtaki wake zao wenyewe au waume zao, au hata wazazi wao wenyewe. Ukiwavumilia wengine, watu huenda hata wakakudhihaki na kukuita mjinga. Lakini Yesu anasema nini?

Katika Mathayo 5:39 inasema, "Lakini mimi nawaambia, Msishindane na mtu mwovu; lakini mtu akupigaye shavu la kulia, mgeuzie na la pili,' na katika Mathayo 5:40 inasema, "Na mtu atakaye kukushitaki na kulichukua shati lako, mwachie na koti pia."

Yesu hatuambii tu tusilipe ovu kwa ovu, lakini pia anatuambia tuwe wavumilivu. Pia anatuambia tuwatendee mema wale walio waovu. Huenda tukafikiria na kusema, 'Tunawezaje kuwatendea mema ikiwa tumekasirika sana na tumeudhiwa? Ikiwa tuna imani na upendo, tutaweza kufanya hivyo kabisa. Ni imani katika upendo wa Mungu ambaye ametupatia Mwanawe wa pekee kama ondoleo la dhambi zetu. Ikiwa tunaamini kwamba tumepokea aina hii ya upendo, basi tunaweza kuwasamehe hata wale watu waliosababisha mateso na majeraha mengi maishani mwetu. Tukimpenda Mungu ambaye ametupenda kufikia kiwango cha kumtuma Mwanawe wa pekee kwa jili yetu, na ikiwa tunampenda Bwana aliyetoa maisha yake kwa ajili yetu, tutaweza kumpenda kila mtu.

Uvumilivu usio na Mpaka

Watu wengine huzuia chuki, hasira, au gadhabu na hisia nyingine mbaya hadi mwishowe zinafikia kiwango kikubwa cha uvumilivu wao na hatimaye kulipuka. Watu wengine wapole hawawezi kujieleza vizuri kwa urahisi lakini wanateseka tu mioyoni mwao, na hii husababisha matatizo ya kiafya yanayotokana na usongo mwingi kupita kiasi. Uvumilivu kama huo ni kama kusukuma chini springi ya chuma kwa mikono yako. Ukiondoa mikono yako, utafyainuka juu na kufyatuka.

Aina ya uvumilivu ambao Mungu anataka tuwe nao ni kuwa wavumilivu hadi mwisho pasipo kubadilisha mtazamo. Kusema wazi, kama tungekuwa na aina hii ya uvumilivu, hatungekuwa na haja ya kuvumilia kitu chochote. Hatungejaza mioyo yetu kwa chuki na uchungu, lakini tungeondoa uovu wa kwanza unaosababisha hisia hizo nzito na kuugeuza kuwa upendo na huruma. Huu ndio umuhimu wa maana ya kiroho ya uvumilivu. Kama hatuna uovu wowote mioyoni mwetu lakini tuna upendo wa kiroho pekee katika ukamilifu, si vigumu kuwapenda hata maadui zetu. Kusema kweli, kwanza kabisa hatutaruhusu uadui wowote uendelezwe.

Ikiwa mioyo yetu imejaa chuki, mizozano, na wivu, kwanza tutaona yale mabaya ya watu wengine, hata ingawa wana roho nzuri. Ni kama kuvaa miwani ya jua, ukizivaa unaona kila kitu kimekuwa na giza zaidi. Hata hivyo, kwa upande mwingine, ikiwa mioyo yetu imejaa upendo, basi hata wale watu wanaotutendea maovu bado wataonekana kuwa wazuri. Haijalishi wana mapungufu kiasi gani, ni wadhaifu kiasi gani, wana kasoro kiasi gani, hatuwezi kuwachukia. Hata wakituchukia na kututendea maovu, hatungewalipa kwa kuwachungia pia.

Uvumilivu pia u katika moyo wa Yesu ambaye hatauvunja mwazi uliopondeka, wala utambi utokao moshi hatauzima. Uko katika moyo wa Stefano aliyewaombea hata wale waliokuwa wakimpiga mawe akisema, "Bwana, usiwahesabie dhambi hii!" (Matendo 7:60) Walimpiga mawe kwa kuwahubiria injili tu. Je, Yesu aliona vigumu kuwapenda wenye dhambi? La hasha! Ni kwa sababu moyo wake ndio ukweli wenyewe.

Siku moja Petro alimuuliza Yesu swali hili. "Kisha Petro akamwendea akamwambia, Bwana, ndugu yangu anikosee mara ngapi nami nimsamehe? Hata mara saba?" (Mathayo 18:21) Kisha Yesu akasema, "Sikuambii hata mara saba, bali hata saba mara sabini" (kif. 22)

Hii haimaanishi tunapaswa kusamehe tu sabini mara sabini, ambazo kwa jumla ni mara 490. Saba katika maana ya kiroho inawakilisha ukamilifu. Kwa hiyo, kusamehe sabini mara saba kunamaanisha msamaha kamilifu. Tunaweza kuuhisi upendo wa Yesu na msamaha wake usiokuwa na mwisho.

Uvumilivu Unaokamilisha Upendo wa Kiroho

Bila shaka si rahisi kugeuza chuki yetu kuwa upendo kwa siku moja. Lazima tuvumilie kwa muda mrefu, pasipo kukoma. Waefeso 4:26 inasema, "Muwe na hasira, ila msitende dhambi; jua lisichwe na uchungu wenu bado haujawatoka,"

Hapa inasema, 'muwe na hasira' katika kuwashughulikia wale wenye imani dhaifu. Mungu anawaambia wale watu kwamba hata ikiwa watakasirika kutokana na ukosefu wao wa imani, lazima wasikae na hasira hiyo hadi kuchwea kwa jua, yaani, 'kwa muda mrefu', badala yale waache hisia hizo ziondoke. Katika kipimo cha imani ya mtu, hata wakati mtu anapokuwa amekuwa na hisia nzito au hasira zinapochipuka kutoka moyoni mwake, akijaribu kuzitupilia mbali hizo hisia kwa subira na uvumilivu, anaweza kuubadilisha moyo wake kuwa kweli na upendo wa kiroho utakua pole pole katika moyo wake.

Kuhusu asili ya dhambi ambayo imekita mizizi ndani moyo, mtu anaweza kuitupilia mbali hali hiyo kwa kuomba kwa bidii kwa utele wa Roho Mtakatifu. Ni muhimu sana kwamba tujaribu kuwaangalia kwa kibali wale watu tusiowapenda na tuwatendee matendo mema. Tunapofanya hivyo, chuki iliyo moyoni mwetu itapotea kwa haraka, na kisha tutaweza kuwapenda watu hao. Hatutakuwa na migogoro na hakutakuwa na mtu wa kumchukia. Pia tutaweza kuishi maisha ya furaha kama Mbinguni kama Bwana alivyosema, wala hawatasema, "Tazama, upo huku, au, kule, kwa maana, tazama, ufalme wa Mungu umo ndani yenu" (Luka 17:21).

Watu husema wanapokuwa wana furaha huhisi kana kwamba wako Mbinguni. Vivyo hivyo, ufalme wa mbinguni kuwa ndani yenu inarejelea wewe wakati umetupilia mbali uwongo kutoka moyoni na kuujaza kwa ukweli, upendo na wema. Basi huna haja ya kuwa mvumilivu, kwa sababu wakati wote una furaha na raha na umejaa neema, na kwa sababu unawapenda wote walio karibu nawe. Kadri inavyoutupilia mbali uovu na kukamilisha wema, ndivyo hutahitaji sana kuwa mvumilivu. Utakapokamilisha upendo wa kiroho, hutakuwa na haja ya kuwa mvumilivu na kuzizuia hisia zako; utaweza kusubiri kwa uvumilivu na kwa amani ili wengine wabadilike kwa upendo.

Huko mbinguni hakuna machozi, hakuna huzuni, na hakuna uchungu. Kwa sababu hakuna uovu kamwe lakini kuna wema tu na upendo huko Mbinguni, hutamchukia yeyote, hutamkasirikia au kuwa mwepesi wa hasira kwa mtu yeyote. Kwa hiyo, hutakuwa na haja ya kuzuia au kudhibiti hisia zako. Bila shaka Mungu wetu hana haja ya kuwa mvumilivu kwa chochote kwa sababu yeye ni upendo wenyewe. Sababu inayoelezea kwa nini Biblia inasema 'upendo huvumilia' ni kwa sababu, kama wanadamu, tuna nafsi na mawazo na mfumo wa kiakili. Mungu anapenda kuwasaidia watu waelewe. Kadri inavyoutupilia mbali uovu na kukamilisha wema, ndivyo hutahitaji sana kuwa mvumilivu.

Kumbadilisha Adui Kuwa Rafiki Kupitia Uvumilivu

Abraham Lincoln, rais wa kumi na sita wa Marekani, na Edwin Stanton hawakuwa wanaelewana wakati walipokuwa ni mawakili. Stanton alitoka katika jamii ya kitajiri na aliweza kupata elimu bora sana. Baba yake Lincoln alikuwa mshona viautu maskini na hata hakumaliza elimu ya msingi. Stanton alimdhihaki Lincoln kwa maneno makali. Lakini Lincoln hakukasirika, na hakumjibu kwa ukali.

Baada ya Lincoln kuchaguliwa kuwa rais, alimteua Stanton kama Katibu wa Vita, ambacho kilikuwa kimoja cha vyeo muhimu sana katika baraza la mawaziri. Lincoln alifahamu kuwa Stanton ndiye alifaa kwa kazi hiyo. Baadaye, Lincoln alipigwa risasi katika ukumbi wa Ford's Theater, watu wengine walikimbilia usalama wao. Lakini Stanton alikimbia moja kwa moja hadi kwa Lincoln. Huku akiwa amemshika Lincoln mikononi mwake na machozi yakimtiririka, alisema, "Hapa amelala mtu mkuu zaidi katika macho ya ulimwengu. Yeye ndiye kiongozi mkuu zaidi katika historia."

Uvumilivu katika upendo wa kiroho unaweza kuleta miujiza ya kuwageuza maadui kuwa marafiki. Mathayo 5:45 inasema, "...ili mpate kuwa wana wa Baba yenu aliye mbinguni; maana yeye huwaangazia jua lake waovu na wema, huwanyeshea mvua wenye haki na wasio haki."

Mungu anawavumilia hata kwa wale watu wanaotenda maovu, kwa kuwa anawataka siku moja wabadilike. Tukiwatendea watu waovu uovu, inamaanisha sisi pia ni waovu, lakini tukiwa wavumilivu na kuwapenda kwa kumtegemea Mungu atakayetutuza, baadaye tutapokea makao mazuri Mbinguni (Zaburi 37:8-9).

2. Upendo Hufadhili

Katika Hadithi za Aesop kuna hadithi ya jua na upepo. Siku moja jua na upepo ulipiga kamari ya nani angekuwa wa kwanza kuvua koti kubwa la mpita njia. Basi upepo ukatangulia, na ukapuliza sana na kutuma upepo mkali sana unaoweza kung'oa mti. Yule bwana alijifunika vizuri kwa koti lake kubwa. Kisha, jua, likatoa mwanga mzuri huku likitabasamu. Basi kadri lilivyokolea kidogo, yule bwana alihisi joto na punde si punde akalivua lile koti kubwa.

Hadithi hii inatufundisha jambo zuri sana. Ule upepo ulijaribu kumlazimisha yule bwana avue koti lake, lakini jua lilimfanya yule bwana akatoa koti lake kwa kupenda mwenyewe. Fadhili ni kitu kama hicho. Fadhili ni kuigusa na kuivuta mioyo ya wengine si kwa nguvu za kimwili, bali kwa wema na upendo.

Fadhili Humkubali Mtu wa Aina Yoyote

Mtu mwenye fadhili anaweza kumkubali mtu yeyote, na watu wengine wanaweza kupumzika karibu naye. Maana ya kamusi ya fadhili ni 'wema au hali ya kuonea mtu huruma' na kuwa mwenye fadhili ni kuwa na tabia ya kuvumilia. Ukifikiria kuhusu kipande cha pamba, unaweza kuelewa maana ya fadhili vizuri. Pamba halipigi kelele yoyote hata linapopigwa kwa vifaa vingine. Linakumbatia vifaa vyote vile.

Pia, mtu mwenye fadhili ni kama mti ambao watu wanaweza kupumzikia chini yake. Ukienda chini ya mti mkubwa wakati wa jua kali ili kuepuka kuchomwa na jua, unaweza kuhisi vizuri na baridi inayoliwaza. Vivyo hivyo, mtu akiwa mwenye fadhili moyoni, watu wengi watapenda kuwa karibu na mtu huyo na kupumzika.

Kwa kawaida, mtu anapokuwa mwenye fadhili sana na mpole kiasi kwamba hamkasirikii mtu yeyote anayemsumbua, na hasisitizi maoni yake, huwa anasemekana ni mpole na mwenye roho nzuri. Lakini haijalishi ni mpole na mtulivu kiasi gani, ikiwa wema huo hautambuliwi na Mungu, hawezi kuitwa mpole kweli. Kuna watu wanaowatii wengine vizuri kwa sababu tu asili zao ni dhaifu na hawana maneno mengi. Kuna wengine wanaoizuia hasira yao hata ingawa huwa wanaudhika wakati watu wanapowafanya kuwa na wakati mgumu. Lakini hawawezi kuitwa wapole. Watu ambao hawana uovu lakini wana upendo tu katika mioyo yao huwakubali na kuwavumilia watu hawa waovu kwa upole wa kiroho.

Mungu Anataka Fadhili za Kiroho

Fadhili ya kiroho ni matokeo ya ukamilifu wa upendo wa kiroho usiokuwa na uovu. Kwa fadhili hizi za kiroho huwezi kupambana na mtu yeyote isipokuwa kumkubali, haijalishi yeye ni mwovu kiasi gani. Pia, unavumilia kwa sababu una hekima. Lakini sharti tukumbuke kwamba hatuwezi kutajwa kuwa watu wema kwa sababu tu tunawaelewa watu na kuwasamehe bila masharti na kwa sababu tuwapole kwa kila mtu. Lazima pia tuwe wenye haki, heshima na mamlaka kuweza kuwaongoza na kuwashawishi wengine. Kwa hiyo, mtu wa kiroho si mpole tu, bali pia ni mwenye hekima na mnyoofu. Mtu kama huyo anaishi maisha yapayopasa kuigwa. Katika kufafanua zaidi kuhusu fadhili za kiroho, ni kule kuwa na upole ndani ya moyo wako na kuwa mkarimu kwa nje.

Hata tukiwa na moyo wa fadhila pasipo uovu wowote bali wema tu, ikiwa tuna upole wa ndani peke yake, upole huo pekee hauwezi kutufanya tuwe na ushawishi mzuri juu ya watu wengine. Kwa hiyo, tukiwa na fadhili ambazo si za ndani tu, lakini pia tabia za nje za ukarimu, fadhila zetu zinaweza kufanywa kuwa bora zaidi na tukadhihirisha nguvu zaidi. Ikiwa tuna ukarimu pamoja na moyo wa ukarimu, tunaweza kupata mioyo ya watu wengi na tukatimiza mambo mengi zaidi.

Mtu anaweza kudhihirisha upendo wa kweli kwa wengine wakati ana wema na fadhila moyoni, wingi wa huruma, na ukarimu ili aweze kuwaongoza wengine kwenye njia sahihi. Ndipo, anaweza kuziongoza nafsi nyingi kwenye njia ya wokovu, ambayo ndiyo njia sahihi. Ukarimu ulio ndani hauwezi kuangaza nuru yake bila ukarimu wa nje. Sasa, hebu natuangalie kwanza kile tunachotakiwa kufanya ili tuweze kukuza ukarimu wa ndani.

Kigezo ha Kupima Fadhili za Ndani ni Utakaso

Ili tuweze kukamilisha fadhili, kwanza kabisa, lazima tuondoe uovu mioyoni mwetu na tutakaswe. Moyo wa fadhila ni kama pamba, na hata mtu akiufanyia ukali, hautoi sauti yoyote lakini unampokea vizuri mtu huyo. Mtu mwenye moyo wa fadhila hana uovu wowote na hazozani na mtu yeyote mwingine. Lakini tukiwa na moyo mkali wa chuki, wivu na kijicho au moyo mgumu wa kujiona kuwa mtakatifu na mifumo ya kibinafsi isiyo na faida, ni vigumu kwetu kuweza kuwakubali wengine.

Jiwe likianguka chini na kugonga jiwe lingine au kugonga chuma fulani kizito, hutoa sauti kali na kuruka juu. Katika njia hiyo hiyo, ikiwa miili yetu bado i hai, tunazidhihirisha hisia zetu tusizozipenda hata ingawa wengine husababisha kidogo hali hizo tusizopenda. Watu wanapotambuliwa kama wale walio na mapungufu ya tabia na mapungufu mengine, huenda hatutawafunika, kuwalinda au kuwaelewa lakini badala yake tunaweza kuwahukumu, kuwatia hatiani, kuwasengenya na kuwaharibia majina. Hiyo basi inamaanisha sisi ni kama vyombo vidogo sana, ambavyo hujaa na kumwagika ukijaribu kuweka kitu chochote ndani yake.

Ni moyo mdogo ambao umejazwa mambo mengi sana machafu kiasi kwamba hauna nafasi yoyote ya kupokea kitu chochote kingine. Kw mfano, huenda tukahisi kuudhika ikiwa wengine watatuonyesha makosa yetu. Au, tunapowaona wengine wakinong'ozana, huenda tukadhani kwamba wanaongea juu yetu na tukashindwa kuelewa wanaongea kuhusu nini. Tunaweza kuwahukumu wengine kwa sababu tu wametukazia macho kwa muda mchache tu.

Kutokuwa na uovu moyoni ndiyo hali ya kimsingi tunayopaswa kuikuza. Sababu ni kwamba kunapokuwa hakuna uovu tunaweza kuwapenda wengine katika mioyo yetu na tunaweza kuwaona kupitia wema na upendo. Mtu mwenye fadhili huwatazama wengine kwa huruma na rehema wakati wote. Hana nia yoyote ya kuwahukumu au kuwatia wengine hatiani; yeye hujaribu kuwaelewa wengine kwa upendo na wema, na hata mioyo ya watu waovu itayeyushwa na ukarimu wake.

Ni muhimu haswa kwamba wale wanaofundisha na

kuwaongoza wengine lazima watakaswe. Kiwango kile ambacho wana uovu, ndivyo watakavyotumia mawazo yao ya kimwili. Hivyo hivyo, hawawezi kung'amua hali zinazowakumba washirika, hivyo wanashindwa kuzielekeza nafsi kwenye malisho ya majani mabichi na maji matulivu. Tunaweza kupokea mwongozo wa Roho Mtakatifu na kuelewa kwa usahihi hali wanazopitia washirika ili tuweze kuwaongoza kwa njia nzuri zaidi wakati tumetakaswa. Mungu pia anaweza kuwatambua wale tu waliotakaswa kabisa ili wawe wakarimu. Watu mbalimbali wana vigezo tofauti kuhusu watu wakarimu ni watu wa aina gani. Lakini ukarimu katika macho ya wanadamu na ule ulio katika macho ya Mungu ni tofauti kabisa.

Mungu Anautambua Ukarimu wa Musa

Katiba Biblia, Musa alitambuliwa na Mungu kwa ukarimu wake. Tunaweza jinsi ilivyo muhimu kutambuliwa na Mungu kutoka katika Hesabu Sura ya 12. Siku moja Haruni ndugu yake Musa na dada yake Miriamu walimkosoa Musa kwa kumwoa mwanamke wa Kushi.

Hesabu 12:2 inasema, "Wakasema, Je! Ni kweli BWANA amenena na Musa tu? Hakunena na sisi pia?' BWANA akasikia maneno yao."

Je, Mungu alisema nini kuhusu yale waliyosema? Kwake nitanena mdomo kwa mdomo, Maana, waziwazi wala si kwa mafumbo; Na umbo la BWANA yeye ataliona. Mbona basi ninyi hamkuogopa Kumteta mtumishi wangu, huyo Musa?" (Hesabu 12:8)

Maneno ya kuhukumu yaliyonenwa na Haruni na Miriamu

kuhusu Musa yalimghadhabisha Mungu. Kwa sababu Miriamu alishikwa na ukoma. Haruni alikuwa kama msemaji wa Musa na Miriamu na pia alikuwa mmoja wa viongozi wa kundi la wana wa Israeli. Walidhani wao vile vile walipenda na kutambuliwa sana na Mungu, ndiposa wakafikiri Musa alifanya makosa fulani ndipo wakamkosoa mara moja kwa makosa hayo.

Mungu hakukubali Haruni na Miriamu wamkosoe Musa kwa kutumia vigezo vyao wenyewe. Je, Musa alikuwa mtu wa aina gani? Alitambuliwa na Mungu kama mtu mpole na myenyekevu zaidi miongoni mwa watu wote hapa duniani. Alikuwa mwaminifu katika nyumba yote ya Mungu, na kwa sababu hii aliaminiwa na Mungu sana kiasi kwamba aliweza kuongea na Mungu ana kwa ana.

Tukitazama mchakato wa watu wa Israeli walipokuwa wakitoroka Misri na kwenda katika nchi ya Kanaani, tunaweza kuelewa ni kwa nini Mungu alimtambua Musa sana. Watu waliotoka Misri walitenda dhambi mara kwa mara, na wakaenda kinyume cha mapenzi ya Mungu. Walimlalamikia Musa na wakamlaumu hata kwa mambo madogo yaliyokuwa magumu, na tabia hiyo ilikuwa sawa na kumlalamikia Mungu. Kila wakati walipolalamika, Musa alimwomba Mungu awahurumie.

Kulikuwa na tukio moja ambalo lilidhihirisha ukarimu wa Musa. Wakati Musa alipokuwa juu ya Mlima Sinai kupokea amri, watu walijitengenezea sanamu-ndama wa dhahabu-kisha wakala, wakanywa na wakajiingiza katika tamaa ya ngono huku wakiiabudu ile sanamu. Wamisri walikuwa wanaabudu yule mungu ambaye alikuwa kama fahali na mwingine aliyekuwa kama ng'ombe. na wakawaiga miungu kama hao. Mungu alikuwa amewaonyesha kwamba alikuwa pamoja nao mara nyingi, lakini hawakuonyesha dalili yoyote ya mabadiliko. Hatimaye, gadhabu ya Mungu ikawaangukia. Lakini wakati huu Musa aliwaombea na akayaweka maisha yake mwenyewe kama dhamana. "Walakini sasa, ikiwa utawasamehe dhambi yao -- na kama sivyo, unifute, nakusihi, katika kitabu chako ulichoandika!"

'Kitabu chako ulichokiandika' kinarejelea kitabu cha uzima kilicho na majina ya wale waliookoka. Ikiwa jina lako limefutwa kutoka katika kitabu cha uzima, huwezi kuokolewa. Haimaanishi tu kwamba hutapokea wokovu, lakini inamaanisha huna budi kuteseka Jehanamu milele. Musa alijua vizuri sana habari za uzima baada ya kifo, lakini alitaka kuwaokoa watu hata ikiwa ilibidi auache wokovu wake kwa ajili yao. Moyo huo wa Musa ulifanana na ule moyo wa Mungu ambao hautaki mtu yeyote aangamie.

Musa Alikuza Ukarimu kupitia Majaribu

Bila shaka, Musa hakuwa na ukarimu aina hiyo kutoka mwanzo. Ingawa alikuwa Mwebrania alikuzwa kama mwana wa mfalme wa Misri na hakukosa chochote. Alipata elimu ya juu sana kwa vigezo vya elimu ya Misri. Pia alipata ujuzi wa kupigana vita. Vile vile alikuwa na kiburi na alijiona mtakatifu. Siku moja, alimwona Mmisri akimpiga Mwebrania na kutokana na kujiona yeye ni mtakatifu, alimuua huyu Mmisri.

Kwa sababu hii aliamka asubuhi yake akiwa mkimbizi. Kwa bahari nzuri, alikuwa mchungaji huko jangwani kwa msaada wa kuhani wa Midiani, lakini alikuwa amepoteza kila kitu. Kulisha kondoo ni kazi ambayo Wamisri waliiona kuwa kuwa ya chini sana. Kwa muda wa miaka arubaini alikuwa hana budi kufanya kazi ile aliyokuwa akiidharau awali. Kwa wakati huo alijinyenyekesha kabisa, akatambua mambo mengi kuhusu upendo wa Mungu na uzima.

Mungu hakumwita Musa, mtoto wa mfalme wa Misri, awe kiongozi wa Waisraeli. Mungu alimwita Musa yule mchungaji aliyejinyenyekesha mara nyingi hata kwa wito wa Mungu. Alinyenyekesha kabisa na kutupilia mbali uovu kutoka moyoni mwake kupitia kwa majaribu, na kwa sababu hii aliweza kuwaongoza zaidi ya watu 600,000 kutoka Misri hadi nchi ya Kanaani.

Kwa hiyo, jambo muhimu katika kukuza ukarimi/fadhili ni kwamba sharti tukuze utu wema na upendo kwa kujinyenyekesha mbele za Mungu katika majaribu yanayoruhusiwa kutujaribu na tuyapitie. Kiwango kile cha unyenyekevu wetu huleta utofauti katika ukarimu wetu pia. Ikiwa tunaridhika na hali yetu ya sasa tukidhani kuwa tumekuza ukweli kwa kiwango fulani na kwamba tunatambuliwa na wengine kama ilivyokuwa na Haruni na Miriamu, basi tutazidi kujawa na kiburi tu.

Ukarimu wa Kimaadili Hukamilisha Fadhili

Ili tuweze kukuza ukarimu wa kiroho, sharti tusitakaswe tu kwa kuutupilia mbali kila aina ya uovu, bali sharti tukuze ukarimu wa kimaadili. Ukarimu wa kimaadili ni kuwaelewa kwa mapana na kuwakubali wengine; kutenda yale yaliyo sahihi kulingana na wajibu wa mwanadamu; na ni kuwa na tabia ya kuwaruhusu wengine kuitoa na kuisalimisha mioyo yao, kwa kuelewa mapungufu yao na kuwakubali, na si kwa nguvu za kimwili. Watu wa aina hii wana upendo unaowafanya wengine wajiamini na waamini wengine.

Ukarimu wa kimaadili ni kama zile nguo wanazovaa watu. Haijalishi kwa ndani tu wazuri kiasi gani, tukiwa uchi, tutadharauliwa na watu wengine. Vivyo hivyo, haijalishi tuwakarimu kiasi gani, hatuwezi kwa kweli kudhihirisha thamani ya ukarimu wetu tusipokuwa na ukarimu wa kimaadili. Kwa mfano, mtu ni mkarimu kwa dani, lakini anaongea mambo mengi yasiyokuwa ya lazima wakati anapoongea na wengine. Mtu kama huyo hana lengo baya katika kufanya hivyo, lakini hawezi kwa kweli kuaminiwa na wengine kwa sababu haonekani kuwa na tabia nzuri au mwenye elimu. Watu wengine hawana hisia zozote mbaya kwa sababu wana ukarimu, na hawawadhuru wengine kwa vyovyote vile. Lakini wakiwa hawawasaidii wengine au kuwatunza wengine, ni vigumu kwao kuweza kuipata mioyo ya watu wengi.

Maua ambayo hayana rangi nzuri au harufu nzuri hayawezi kuwavuta nyuki wowote au vipepeo, hata ikiwa yana nekta nyingi. Vivyo hivyo, hata ingawa tu wakarimu sana tunaweza kugeuza shavu lingine ikiwa mtu atapiga shavu moja, ukarimu wetu hauwezi kung'aa tusipokuwa na ukarimu wa maadili katika maneno yetu na matendo yetu. Ukarimu wa kweli hukamilishwa na unaweza kudhihirisha thamani yake ya kweli wakati ukarimu wa ndani unapovalia mavazi ya nje ya ukarimu wa maadili.

Yusufu alikuwa na ukarimu wa maadili. Alikuwa mtoto wa kiume wa kumi na moja wa Yakobu, baba wa Waisraeli wote. Alichukiwa na ndugu zake na akauzwa kama mtumwa Misri wakati angali kijana mdogo. Lakini kwa msaada wa Mungu alikuwa waziri mkuu Misri akiwa na umri wa miaka thelathini tu. Misri wakati huu ilikuwa nchi yenye nguvu nyingi sana katika eneo la Mto Nile. Ilikuwa moja ya nchi nne kuu 'ambapo maendeleo yalianzia'. Watawala na watu walijivunia sana hadhi yao, na halikuwa jambo rahisi mtu wa kutoka taifa lingine kuwa waziri mkuu. Kama angekuwa na kasoro yoyote, ingelibidi ajiuzulu mara moja.

Hata hivyo, hata katika hali hiyo, Yusufu alitawala Misri vizuri sana na kwa hekima sana. Alikuwa mkarimu na mnyenyekevu, na hakuwa na makosa yoyote katika maneno na matendo yake. Alikuwa na hekima na heshima kubwa kama mtawala. Alikuwa mtu wa pili katika mamlaka baada ya mfalme, lakini hakujaribu kuwakandamiza watu au kujigamba. Alikuwa mkarimu na mpole kwa wengine, lakini kwake yeye mwenyewe alikuwa na msimamo mkali. Kwa hiyo mfalme na mawaziri wengine hawakuwa na haja ya kuwa waangalifu au kuwa na wasiwasi juu yake au kumwonea wivu; walimwamini kabisa. Tunaweza kulithibitisha hili kwa kuzingatia jinsi Wamisri walivyoikaribisha familia ya Yusufu, ambaye alihamia Misri kutoka Kanaani ili kukimbia baa la njaa.

Ukarimu wa Yusufu Uliambatana na Ukarimu wa Maadili

Mtu akiwa na ukarimu huu wa maadili, inamaanisha ana moyo mkunjufu, na haweni kuwahukumu na kuwatia hatiani wengine kwa vigezo vya hata ingawa ni mnyoofu katika maneno na matendo yake. Sifa hii ya Yusufu iliwakilishwa vizuri wakati ndugu zake, ambao walikuwa wamemuuza utumwani Misri, walipoingia Misri kupata chakula.

Mwanzo, wale ndugu hawakumtambua Yusufu. Inaeleweka kabisa kwa kuwa hawakuwa wamemuona kwa zaidi ya miaka ishirini. Zaidi ya hayo, hawangeweza kudhani kuwa Yusufu amekuwa waziri mkuu wa Misri. Sasa, Yusufu alihisi nini alipowaona ndugu zake ambao walikuwa karibu kumuua na hatimaye wakamuuza utumwani Misri? Alikuwa na uwezo wa kuwalipiza kwa yote waliyomtendea. Lakini Yusufu hakutana kulipiza kisasi. Alificha utambulisho wake na akawapima akili mara kadhaa ili aone ikiwa mioyo yao ilikuwa kama ilivyokuwa zamani.

Yusufu alikuwa anawapa fursa ya kutubu dhambi zao wao wenyewe mbele za Mungu, kwa sababu dhambi ya kupanga kumuua na kumuuza ndugu yao kama mtumwa katika nchi nyingine halikuwa jambo dogo. Aliwasamehe bila ubaguzi wowote na wala hakuwaadhibu, lakini alidhibiti hali hiyo kwa njia ambayo ndugu zake wangeweza kutubu dhambi zao wao wenyewe. Hatimaye, baada ya ndugu zake kukumbuka makosa yao na kujuta, ndipo Yusufu alipojitambulisha kwao.

Hapo ndipo ndugu zake wakaanza kuogopa. Maisha yao yalikuwa mikononi mwa ndugu yao Yusufu ambaye sasa alikuwa waziri mkuu wa Misri. Wakati huo Misri ndiyo ilikuwa nchi yenye nguvu zaidi duniani. Lakini Yusufu hakuwa na shauku ya kuwauliza kwa nini walifanya yale waliyofanya. Hakuwatisha kwa kusema, "Sasa mtalipia zile dhambi mlizotenda." Lakini badala yake alijaribu kuwafariji na kuwatuliza mioyo. "Basi sasa, msihuzunike, wala msiudhike nafsi zenu, kwa kuniuza huku; maana Mungu alinituma mbele yenu kuhifadhi maisha ya watu" (Mwanzo 45:5).

Alitambua ule ukweli kwamba kila kitu kilikuwa katika mpango wa Mungu. Yusufu hakuwasamehe ndugu zake tu kutoka moyoni mwake lakini pia aliwafariji mioyo kwa maneno yanayogusa, na akawaelewa kabisa. Inamaanisha Yusufu alidhihirisha kitendo ambacho hata kingeweza kuwagusa maadui. Kitendo hicho ni ukarimu wa maadili. Ukarimu wa Yusufu ulioambatana na ukarimu wa maadili ulikuwa chanzo cha nguvu za kuyaokoa maisha ya watu wengi nchini Misri na karibu na Misri na picha ulikuwa msingi wa kutimiza mpango wa Mungu wa ajabu. Kama ilivyoelezwa kufikia sasa, ukarimu wa maadili ni lile dhihirisho la nje la ukarimu wa ndani, na ukarimu huo unaweza kuigusa mioyo ya watu wengi na kudhihirisha nguvu nyingi.

Utakaso Unahitajika Ili Mtu Aweze kuwa na Ukarimu wa Maadili

Kama vile ukarimu unavyoweza kufikiwa kupitia utakaso, ukarimu wa maadili unaweza pia kukuzwa tutakapotupilia mbali uovu na kutakaswa. Bila shaka, hata ikiwa mtu hajatakaswa, huenda akaweza kudhihirisha matendo ya kimaadili na ukarimu kwa kiwango fulani kupitia elimu au kwa sababu alizaliwa na moyo mkunjufu. Lakini ukarimu wa maadili unaweza kutoka katika moyo ambao hauna uovu na unaofuata ukweli pekee. Ikiwa tunataka kukuza ukarimu wa maadili kabisa, haitoshi kung'oa mizizi mikuu ya uovu tu katika mioyo yetu. Lazima tuondoe kila aina ya uovu (1 Wathesalonike 5:22).

Mathayo 5:48 inasema, "Basi ninyi iweni wakamilifu, kama Baba yenu wa mbinguni alivyo mkamilifu." Tunapokuwa tumetupilia mbali aina zote za maovu kutoka moyoni na pia kuwa watu wasio na mawaa katika maneno yetu, matendo yetu, na tabia zetu, tunaweza kukuza ukarimu ili watu wengi waweze kupata pumziko ndani yetu. Kwa sababu hii lazima tusiridhike tunapokuwa tumefikia kiwango cha kutupilia mbali maovu kama vile chuki, husuda, wivu, kiburi na wepesi wa hasira. Pia sharti tuvue hata yale matendo madogo mabaya ya mwili na tudhihirishe matendo ya kweli kupitia Neno la Mungu na maombi ya dhati, na kupokea mwongozo wa Roho Mtakatifu.

Je, matendo mabaya ya mwili ni gani? Warumi 8:13 inasema, "... kwa maana kama tukiishi kwa kufuata mambo ya mwili, mwataka kufa; bali kama mkiyafisha vitendo vya mwili kwa Roho, mtaishi."

Mwili hapa haurejelei tu miili yetu tunayoweza kuiona. Mwili kiroho unarejelea mwili wa mwanadamu baada ya ukweli kutolewa kutoka kwake. Hivyo matendo ya mwili yanarejelea matendo ambayo hutokana na uwongo uliowajaa wanadamu ambao wamabadilishwa na kuwa mwili. Matendo ya mwili yanajumuisha si tu dhambi zilizo dhahiri bali aina zote za matendo yasiyokuwa mazuri.

Hapo nyuma nilipitia mambo fulani maalum. Kila nilipogusa kitu, nilihisi kana kwamba nimepigwa shoti na umeme na ningeuondoa mkono kwa haraka sana. Nilianza kuogopa kugusa kitu chochote. Kwa kawaida, baada ya kugusa kitu chochote, nilipata nia ya kuomba na kumwita Bwana. Sikuhisi hivyo wakati nilipogusa vitu fulani kwa uangalifu sana. Nilipofungua mlango, nilishikilia kirungu cha mlango pole pole. Ilibidi niwe mwangalifu hata wakati nilipokuwa nawasilimia washirika wangu kwa kuwapa mkono. Hali kama hiyo iliendelea kwa miezi kadhaa, na tabia zangu zote zikawa za uangalifu na za upele. Baadaye nilikuja kugundua kwamba Mungu aliyafanya matendo yangu ya mwili kuwa kamilifu kupitia hayo niliyopitia.

Linaweza kuonekana jambo dogo, lakini tabia ya mtu ni muhimu sana. Watu wengine wana mazoea ya kuwagusa watu kila wanapocheka au kuongea na watu walio karibu nao. Wengine huongea kwa sauti kuu bila kujali ni wakati gani na wako mahali gani na kuwafanya wengine waudhike kiasi. Hizi tabia ni kasoso kubwa, lakini bado ni matendo mabaya ya mwili. Wale walio na ukarimu wa maadili wana tabia nyoofu katika maisha yao ya kila siku, na watu wengi wangependa kupata pumziko kutoka kwao.

Badilisha Tabia ya Moyo

Kinachofuata, sharti tukuze tabia ya mioyo yetu ili tuweze kupata ukarimu wa maadili. Tabia za moyo rinerejelea ukubwa wa moyo. Watu wengine hutenda zaidi ya yale yanayotarajiwa kwao ilhali wengine hutenda yale waliyokabidhiwa wafanye au hata chini ya yale waliyokabidhiwa wafanye. Haya yote hutendeka kulingana na tabia ya moyo wa kila mmoja wao. Mtu mwenye ukarimu wa maadili ana tabia ya moyo ambayo ni kubwa na pana, kwa hiyo hayajali mambo yake tu, lakini pia huwatunza wengine.

Wafilipi 2:4 inasema, "Kila mtu asiangalie mambo yake mwenyewe, bali kila mtu aangalie mambo ya wengine." Tabia hii ya moyo inaweza kuwa tofauti kulingana na jinsi tunavyopanua mioyo yetu katika hali zote, ili tuweze kuibadilisha kupitia juhudi zisizokoma. Ikiwa tunaangalia tu mambo yetu kwa haraka, sharti tuombe maombi ya kina na tubadilishe akili zetu finyu ziweze kupanuka na kuwa akili zinazoangalia faida na hali za wengine.

Yusufu alilelewa kama mimea na maua yapandwayo katika nyumba inayopandwa mimea (green house). Hakuweza kushughulikia kila jambo la nyumbani au kupima mioyo na hali za ndugu zake ambao hawakupendwa na baba yao. Hata hivyo, kwa kupitia majaribu mbalimbali, alikuja kuwa na moyo wa kuweza kuangalia na kusimamia kila pembe ya mazingira aliyokuwamo, na alijifunza jinsi ya kuijali mioyo ya wengine.

Mungu aliupanua moyo wa Yusufu katika kumuandaa kwa ajili ya wakati ambapo Yusufu angekuwa waziri mkuu wa Misri. Tukikamilisha tabia hii ya moyo pamoja na moyo mkarimu na usio na mawaa, tunaweza pia kusimamia na kutunza shirika kubwa. Ni maadili ambayo kiongozi sharti awe nayo.

Baraka za Wakarimu

Je, wale waliokamilisha ukarimu kamili kwa kuondoa maovu kutoka mioyoni mwao na kukuza ukarimu wa maadili wa nje, watapewa baraka za aina gani? Kama ilivyoandikwa katika Mathayo 5:5, "Heri wenye upole; Maana hao watairithi nchi," na katika Zaburi 37:11, "Bali wenye upole watairithi nchi, Watajifurahisha kwa wingi wa amani," wanaweza kuirithi nchi. Hapa nchi inaashiria makao ya ufalme wa mbinguni, na kuirithi nchi kunamaanisha, "kufurahia nguvu kuu Mbinguni katika wakati ujao."

Kwa nini watafurahia mamlaka makubwa Mbinguni? Mtu mkarimu huzitia nguvu nafsi nyingine kwa moyo wa Baba Mungu na kuigusa mioyo yao. Kadri mtu anavyokuwa mpole, ndivyo nafsi zaidi zitapata pumziko ndani yake na kuelekezwa wokovuni na yeye. Ikiwa tunaweza kuwa mtu mkubwa ambaye watu wanaweza kupata pumziko kwake, inamaanisha tumewatumikia wengine kwa kiasi kikubwa. Mamlaka ya mbinguni yatapewa wale wanaohudumu. Mathayo 23:11 inasema, "Naye aliye mkubwa wenu atakuwa mtumishi wenu."

Vivyo hivyo, mtu mpole ataweza kufurahia mamlaka makubwa na kurithi nchi pana na kubwa kama makao yake atakapofika Mbinguni. Hata hapa duniani, wale wenye nguvu nyingi, wenye utajiri, mashuhuri na wenye mamlaka, huwa na wafuasi wengi. Lakini wakipoteza kila kitu walicho nacho, watapoteza kiasi kikubwa cha nguvu zao, na wale watu wengi waliokuwa wakiwafuata watawaacha. Mamlaka ya kiroho yanayomfuata mtu mkarimu ni tofauti na yale ya ulimwengu huu. Hayapotei wala kubadilika. Kadri nafsi yake inavyofanikiwa hapa duniani, atafaulu kwa kila kitu. Pia, huko Mbinguni atapendwa sana na Mungu milele na ataheshimiwa na nafsi nyingi zisizohesabika.

3. Upendo Hauhusudu

Wanafunzi wazuri sana kupanga na kukusanya kumbukumbu zao kuhusu maswali waliyojajibu vibaya kwenye mitihani yao. Huchunguza sababu iliyowafanya wasiyajibu maswali kwa usahihi na waelewe somo vizuri kabla hawajaendelea. Wanafunzi hao husema kuwa njia hii inafaa sana katika kujifunza somo wanaloliona kuwa gumu kwa muda mfupi. Mbinu hiyo hiyo inaweza kutumika wakati mtu anapokuza upendo wa kiroho. Tukiyachunguza matendo na maneno yetu kwa undani na kutupilia mbali kila mapungufu yetu, udhaifu mmoja baada ya mwingine, basi tunaweza kukamilisha upendo wa kiroho katika muda mfupi. Hebu natuangalie sifa nyingine ya upendo wa kiroho—'Upendo hauhusudu'.

Wivu hutokea wakati hisia ya uchungu wa wivu na ukosefu wa furaha unapokua kupita kiasi na matendo maovu kufanyiwa mtu mtu mwingine. Ikiwa tuna hisia ya kuwa na wivu na husuda katika akili zetu, tutakuwa na hisia mbaya tutakapomuona mtu mwingine akisifiwa au kupendelewa. Tukimwona mtu anayefahamu mengi zaidi, mwenye ujuzi zaidi na weledi kuliko sisi, au ikiwa mmoja wa wafanya kazi wenzetu anafanikiwa na kupata kibali kutoka kwa watu wengi, tunaweza kuhisi tuna husuda. Wakati mwingine huenda tukamchukia mtu huyo, tukatamani kumhadaa kumpora kila kitu alicho nacho na kumkandamiza kabisa.

Kwa upande mwingine huenda tukahisi tumevunjika moyo tukisema, "Huyu anapendelewa na wengine, lakini mimi ni nani? Mimi si chochote! Kwa maneno mengine, tunahisi kuvunjika moyo kwa sababu tunajilinganisha na wengine. Tunapohisi tumevunjika moyo wengine wetu huenda tukafikiria huo si wivu. Lakini upendo hufurahia ukweli. Kwa maneno mengine, ikiwa tuna upendo wa kweli huwa tunafurahi wakati mtu mwingine anapofanikiwa. Ikiwa tumevunjika moyo na tunajikaripia wenyewe, au hatufurahi pamoja na ukweli, hii itakuwa ni kwa sababu ubinafsi au 'nafsi' bado inafanya kazi. Kwa sababu 'nafsi' i hai, kiburi chetu huumizwa tunapohisi tu chini ya wengine.

Akili yenye wivu inapokua na kisha kujidhihirisha katika maneno maovu na matendo maovu, basi Sura hii ya Upendo inazungumzia wivu. Wivu ukikua na kuwa kitu kibaya sana, mtu anaweza kuwadhuru au hata kuwaua watu wengine. Wivu ni ufunuo wa nje wa moyo muovu na mchafu, na hivyo ni vigumu kwa wale wenye wivu kupokea wokovu (Wagalatia 5:19-21). Hii ni kwa sababu wivu ni kazi ya mwili iliyo wazi, ambayo ni dhambi inayoonekana na iliyotendwa kwa nje. Wivu unaweza kupangwa katika aina kadhaa.

Wivu Katika Uhusiano wa Kimahaba

Wivu huchochewa kujitokeza wakati mtu aliye katika uhusiano anapotamani kupendwa zaidi na kupewa kibali na yule anayehusiana naye. Kwa mfano, wake wawili wa Yakobo, Lea na Raheli, walioneana wivu na kila mmoja wao alitamani kupendelewa zaidi na Yakobo. Lea na Raheli walikuwa ni mtu na dada yake, wote wawili walikuwa binti za Labani. Labani alikuwa mjomba wa Yakobo.

Yakobo alimuoa Lea kwa sababu ya udanganyifu wa mjomba wake Labani hata ingawa alimpenda Raheli. Kusema kweli

Yakobo alimpenda mdogo wa Lea, yaani Raheli, na aliweza kumuoa baada ya miaka 14 ya kumfanyia kazi mjomba wake. Tangu mwanzoni Yakobo alimpenda Raheli zaidi kuliko Lea. Lakini Lea alijifungua watoto wanne ilhali Raheli hakuweza kupata watoto wowote.

Wakati huo ilikuwa aibu kwa wanawake kutoweza kupata watoto, na wakati wote Raheli alimuonea wivu dadake Lea. Alipofushwa na wivu wake kiasi kwamba alimfanya mumewe Yakobo kupitia wakati mgumu vile vile. "Nipe wana; kama sivyo, nitakufa mimi" (Mwanzo 30:1).

Lakini Raheli na Lea walimpa Yakobo vijakazi wao kama masuria ili waweze kuupata upendo wake bila vizuizi vyovyote. Kama wangekuwa na upendo wa kweli kwa kiasi kidogo katika mioyo yao, wangekuwa wamefurahi wakati mmoja wao alipopendelewa na mumewe. Wivu uliwafanya wote watatu – Lea, Raheli, na Yakobo – wasiwe na furaha. Zaidi ya hayo, wivu huo pia uliwaathiri watoto wao.

Kuona Wivu Wakati Hali za Wengine Zinapokuwa Nzuri Zaidi

Dhana ya wivu ya kila mtu ni tofauti kulingana na thamani ya maisha ya kila mtu. Lakini kwa kawaida mtu mwingine anapokuwa tajiri zaidi, mwenye maarifa zaidi, na mwenye uwezo zaidi au wakati mtu mwingine anapapata kibali zaidi na kupenda, huenda tukaingiwa na wivu. Si vigumu kujikuta katika hali za wivu shuleni, kazini, na nyumbani wakati wivu unapotujia kutokana na hisia kwamba mtu mwingine ni bora zaidi kuliko jinsi tulivyo. Mtu wa rika letu anapoendelea mbele kimaisha na kufanikiwa zaidi yetu, huenda tukamchukia na kumsema vibaya. Huenda tukafikiria kwamba sharti tuwakanyage wengine ndipo tuweze kufanikiwa na kupata kibali zaidi.

Kwa mfano, watu wengine hufunua makosa na mapungufu ya wengine kazini na kuwafanya waanze kushukiwa na kuchunguzwa na wakubwa wao kwa sababu wao wenyewe wanataka kupandishwa cheo kwenye kampuni yao. Wanafunzi wachanga hawajaachwa nje katika hali hii. Baadhi ya wanafunzi huwasumbua wanafunzi wenzao wanaofaulu katika masomo yao au huwatesa wale wanafunzi wanaopendelewa na mwalimu. Nyumbani, watoto huwaharibia majina ndugu zao na kuzozana ili waweze kutambulizwa zaidi na kupata kibali kutoka kwa wazazi wao. Wengine hufanya hivyo kwa sababu wanataka kurithi mali nyingi zaidi kutoka kwa wazazi wao.

Hivyo ndivyo ilivyokuwa na Kaini, ambaye alikuwa muuaji wa kwanza katika historia ya mwanadamu. Mungu aliipokea sadaka ya Habili pekee. Kaini alihisi ametukanwa na kadri wivu wake ulivyozidi kumchoma ndani yake ndivyo hatimaye alivyomuua ndugu yake mwenyewe. Lazima alikuwa amewahi kusikia mara kwa mara kuhusu sadaka za damu ya wanyama kutoka kwa wazazi wake, Adamu na Hawa, na lazima alikuwa anafahamu juu ya sadaka hizo vizuri sana. "Na katika Torati karibu vitu vyote husafishwa kwa damu, na pasipo kumwaga damu hakuna ondoleo" (Waebrania 9:22)

Hata hivyo, alitoa tu dhabihu ya mavuno kutoka katika shamba alilolitunza. Kinyume chake, Habili alitoa dhabihu ya mzaliwa wa kwanza wa kondoo kwa moyo wake wote kulingana na mapenzi ya Mungu. Huenda wengine wakasema haikuwa vigumu kwa Habili kutoa dhabihu ya mwanakondoo kwa kuwa alikuwa mchungaji, lakini haikuwa hivyo. Alijifunza mapenzi ya Mungu kutoka kwa wazazi wake na alitaka kufuata mapenzi yake. Kwa sababu hiyo Mungu aliipokea dhabihu ya Habili peke yake. Kaini alimuonea wivu ndugu yake mbali na kwamba alijuta kwa makosa yake. Mara tu, wivu ulipowaka, mwale wa wivu wake haukuweza kuzimwa, na hatimaye alimuua ndugu yake Habili. Adamu na Hawa walihisi uchungu mwingi sana kutokana na tukio hili.

Wivu Kati ya Ndugu katika Imani

Waamini wengine huwaonea wivu ndugu wengine katika imani waliowapita katika vyeo, imani, au uaminifu wao kwa Mungu. Jambo kama hilo kwa kawaida hutokea wakati huyo mtu mwingine anakaribiana naye kiumri, cheo, na muda wa kuwa mwamini, au wanapomjua mtu huyo vizuri.

Kama Mathayo 19:30 inasema, "Lakini wengi walio wa kwanza watakuwa wa mwisho, na walio wa mwisho watakuwa wa kwanza," Wakati mwingine wale walio wadogo wetu katika miaka ya imani, umri na vyeo vya kanisa hututangulia. Kisha, tunaweza kuwaonea wivu sana. Wivu wa aina hiyo haupo tu miongoni mwa waamini wa kanisa moja. Huenda kukawa na wivu kati ya wachungaji na washirika, wivu miongoni mwa makanisa, au hata miongoni mwa mashirika mbalimbali ya Kikristo. Mtu anapompa Mungu utukufu, watu wote wanapaswa kufurahia pamoja, lakini badala yake wanawasema wengine kuwa wanafundisha mafundisho ya uwongo ili waweze kuwaharibia sifa watu wengine au mashirika mengine. Je, wazazi watasikiaje ikiwa watoto wao wanagombana na kuchukiana? Hata ikiwa watoto hao wanawapa wazazi wao chakula na vitu vingine vizuri, bado hawatafurahi. Na ikiwa waamini ambao ni watoto wa Mungu watapigana na kugombana miongoni mwao, au ikiwa makanisa yanaoneana wivu, itamfanya Bwana wetu ahuzunike sana.

Wivu wa Sauli dhidi ya Daudi

Sauli alikuwa mfalme wa kwanza wa Israeli. Aliyatumia maisha yake vibaya kwa kumchukia Daudi. Kwa Sauli, Daudi alikuwa askari aliyevalia silaha zing'aazo na aliyeiokoa nchi yake. Wakati ari ya askari iliposambaratika kwa sababu ya kudhalilishwa na yule Mfilisti Goliathi, Daudi alijitokeza kwa ujasiri mkubwa na kumwangamiza kinara wa Wafilisti kwa kutumia kombeo tu. Tendo hili moja liliwaletea Waisraeli ushindi. Kuanzia wakati huo, Daudi alitekeleza kazi nyingi za kutajika katika kuilinda nchi dhidhi ya kuvamiwa na Wafilisti. Uhasama kati ya Sauli na Daudi ulichipuka wakati huu. Sauli alisikia halaiki ya watu wakiongea maneno yaliyomsumbua sana. Halaiki hii ya watu walikuwa wanamkaribisha Daudi aliyekuwa anarudi na ushindi kutoka vitani. Maneno hayo ni haya, "Sauli amewaua elfu zake, Na Daudi makumi elfu yake." (1 Samweli 18:7)

Sauli hakupendezwa na maneno hayo na alijisemea, "Wanawezaje kunilinganisha na Daudi? Huyu si chochote ni mvulana anayechunga mifugo tu!"

Hasira yake ilipanda kadri alivyoendelea kufikiria kuhusu maneno hayo. Hakuona ni sawa kwa watu kumsifu Daudi jinsi hiyo, na kuanzia siku hiyo na kuendelea aliyashuku matendo ya Daudi. Yamkini Sauli alidhani Daudi alikuwa anafanya hayo ili aweze kupendwa na watu. Sasa, mshale wa hasira ya Sauli ulikuwa umeelekezwa kwa Daudi. Alijisemea moyoni, 'Kama Daudi ameweze kupendwa na watu namna hii, basi uasi uko njiani waja!'

Basi mawazo ya Sauli yalipozidi kupita kiasi, alianza kutafuta fursa ya kumuua Daudi. Wakati fulani, Sauli alikuwa anasumbuliwa na pepo na Daudi alimpigia kinubi. Sauli aliweza kupata fursa ya kufanya hivyo na akamrushia mkuki Daudi. Kwa bahati nzuri Daudi alikwepa na kutoroka. Lakini Sauli hakukata tamaa katika juhudi zake za kutaka kumuua Sauli. Alimfukuza Daudi wakati wote kwa akiwa pamoja na jeshi lake.

Licha ya haya yote, Daudi hakuwa na shauku ya kumdhuru Sauli kwa sababu mfalme alikuwa ametiwa mafuta na Mungu, na Mfalme Sauli aliyafahamu hayo. Lakini mwale wa wivu wa Sauli uliokuwa umewashwa haukufifia kamwe. Sauli aliendelea kuteswa na mawazo masumbufu yaliyotokana na wivu wake. Sauli hakupumzika kutokana na kumuonea wivu Daudi, hadi alipouawa vitani pamoja na Wafilisti.

Watu Waliomuonea Wivu Musa

Katika Hesabu 16 tunasoma habari za Kora, Dathani na Abiramu. Kora alikuwa Mlawi, na Dathani na Abiramu walikuwa wa kabila la Reubeni. Walikuwa na kisasi na Musa na ndugu yake Haruni ambaye alikuwa msaidizi wake. Walichukia kuona Musa alikuwa ni mtoto wa mfalme Misri na sasa alikuwa anawatawala hata ingawa alikuwa ametoroka kwao na ni mchungaji Midiani. Kwa upande mwingine, wao wenyewe walitaka kuwa viongozi. Kwa hiyo, wakawasiliana na watu na wakawajumuisha katika kundi lao.

Kora, Dathani, na Abiramu waliwakusanya watu 250 wawafuate nao walidhani wanaenda kuutwaa uongozi. Walimwendea Musa na Haruni na wakabishana nao. Walisema, "Ninyi inawatosha, kwa kuwa mkutano wote ni mtakatifu, kila mmoja miongoni mwao, BWANA naye yuko kati yao; ya nini basi kujitukuza juu ya mkutano wa BWANA?" (Hesabu 16:3)

Hata ingawa hawakujizuia walipokuwa wakikabiliana naye, Musa hakuwajibu neno lolote. Alichofanya ni kupiga magoti tu mbele za Mungu na kuomba na kuwajulisha makosa yao na alimlilia Mungu atoe hukumu yake. Wakati huo ghadhabu ya Mungu iliwaka dhidi ya Kora, Abiramu na Dathani na wale waliokuwa pamoja nao. Nchi ilifungua kinywa chake, na Kora Dathani na Abiramu, pamoja na wake zao na watoto wao wa kiume na watoto wao wadogo waliteremshwa hai hadi Kuzimu. Pia moto ulishuka kutoka kwa BWANA na kuwaunguza wale watu mia mbili na hamsini waliokuwa wakitoa sadaka ya uvumba.

Musa hawakudhuru wale watu kwa njia yoyote (Hesabu 16:15). Alijaribu awezavyo kuwaongoza hao watu. Alithibitisha kuwa Mungu alikuwa pamoja nao kwa kupitia ishara na maajabu yaliyokuwa yakitokea wakati fulani fulani. Aliwaonyesha yale Mapigo Kumi huko Misri; aliwasaidia kuvuka Bahari ya Shamu kwenye nchi kavu kwa kuyatenganisha maji; aliwapa maji kutoka kwenye mwamba na kuwapa manna na kware jangwani. Hata hivyo bado walimsema na kumpinga Musa kwa kusema alikuwa anajigamba.

Mungu pia aliwaonyesha jinsi dhambi ya kumuonea wivu Musa ilivyokuwa kubwa. Kumhukumu na kumtia hatiani mtu aliyeidhinishwa na Mungu ni sawa na kumhukumu na kumtia hatiani Mungu mwenyewe. Kwa hiyo, lazima tusiyakosoe makanisa au mashirika yanayotenda kazi kwa jina la Bwana kwa kusema kuwa yanakosea au yanafundisha mafundisho ya uwongo. Kwa kuwa sote tu ndugu katika Mungu, kuoneana wivu miongoni mwetu ni dhambu kubwa sana mbele za Mungu.

Wivu juu ya Vitu Visivyo na Maana

Je, tunaweza kupokea kile tunachokitaka kwa kuwa na wivu? La hasha! Tunaweza kuwatia watu wengine mahali pagumu na inaweza kuonekana kuwa tutawapita, lakini ukweli ni kwamba hatuwezi kupata kila kitu tunachokitaka. Yakobo 4:2 inasema, "Mwatamani, wala hamna kitu, mwaua na kuona wivu, wala hamwezi kupata. Mwafanya vita na kupigana, wala hamna kitu kwa kuwa hamwombi!"

Badala ya kuona wivu, hebu fikiria yale yaliyonakiliwa katika Ayubu 4:8, "Kama mimi nilivyoona, hao walimao maovu, Na kupanda madhara, huvuna yayo hayo." Ule uovu unaoutenda utakurudia kama kijiti kinachotupwa na kisha kumrudia aliyekitupa na kumgonga.

Mavuno ya yale maovu unayopanda, huenda ukakumbana na majanga katika jamii yako au kazini kwako. Kama kinavyosema kitabu cha Mithali 14:30, "Moyo ulio mzima ni uhai wa mwili; Bali husuda ni ubovu wa mifupa," matokeo ya wivu ni madhara unayojiletea mwenyewe, na hivyo hauna maana yoyote. Kwa hiyo, ikiwa ungependa kuwapita wengine, sharti umwombe Mungu anayedhibiti kila kitu kuliko kupoteza nguvu zako ukijawa na mawazo na matendo ya wivu.

Bila shaka, huwezi kupokea kila kitu unachokiomba. Katika kitabu cha Yakobo 4:3, inasema, "Hata mwaomba, wala hampati kwa sababu mwaomba vibaya, ili mvitumie kwa tamaa zenu." Ukiomba kitu ili ukitumie kwa tamaa zako, huwezi kukipata kwa sababu si mapenzi ya Mungu. Lakini mara nyingi watu huomba kwa kuzifuata tamaa zao. Watu huomba utajiri, umaarufu, na mamlaka kwa ajili ya raha zao na kiburi chao. Katika huduma yangu jambo hilo hunihuzunisha. Baraka ya kweli na halisi si utajiri, umaarufu, na mamlaka lakini ni yale mafanikio ya nafsi ya mtu.

Haijalishi una vitu vingapi unavyovifurahia, vitu hivyo vina maana gani ikiwa hutaupokea wokovu? Kile tunachopaswa kukumbuka ni kwamba vitu vya hapa duniani vitatoweka kama ukungu. Katika kitabu cha 1 Yohana 2:17, Biblia inasema, "Na dunia inapita, pamoja na tamaa zake, bali yeye afanyaye mapenzi ya Mungu adumu hata milele," na katika kitabu cha Mhubiri 12:8 inasema, "Ubatili mtupu; mambo yote ni ubatili!"

Natumai hutawaonea wivu ndugu zako kwa kushikilia vitu vya duniani visivyo na maana lakini utakuwa na moyo ulio sawa mbele za Mungu. Kisha, Mungu atajibu shauku ya moyo wako na kukupa ufalme wa Mbinguni unaodumu milele.

Wivu na Shauku ya Kiroho

Watu humwamini Mungu na kisha kuingiwa na wivu kwa sababu wana imani haba na upendo haba. Ikiwa huna upendo wa Mungu na una imani haba katika ufalme wa mbinguni huenda ukaingiwa na wivu wa kutaka utajiri, umaarufu, na mamlaka ya dunia hii. Ikiwa una hakikishoa kamili katika haki za watoto wa Mungu na uenyeji wa Mbinguni, basi wale ndugu katika Kristo wana thamani zaidi kushinda wale wa ndugu wa familia yako ya ulimwengu huu. Hii ni kwa sababu unaamini kwamba utaishi pamoja nao Mbinguni.

Hata wale wasioamini ambao hawajampokea Yesu Kristo ni wa thamani na ndio wale tunaopaswa kuwaelekeza kwenye ufalme wa mbinguni. Juu ya imani hii, kadri tunavyokuza upendo wa kweli ndani yetu, tutaanza kuwapenda majirani zetu kama tunavyojipenda wenyewe. Kisha, wengine wanapokuwa wana mali zaidi tutafurahi kana kwamba sisi ndio tulio na mali hizo. Wale walio na imani ya kweli hawatatafuta vitu vya dunia hii ambavyo havina maana, badala yake watajaribu kuwa na bidii katika kazi ya Bwana ili waweze kuuteka ufalme wa mbinguni kwa nguvu. Yaani, watakuwa na shauku za kiroho.

Tangu siku za Yohana Mbatizaji hata sasa ufalme wa mbinguni hupatikana kwa nguvu, nao wenye nguvu huuteka (Mathayo 11:12)

Shauku ya kiroho kwa hakika ni tofauti na wivu. Ni muhimu kuwa na shauku ya kuwa na ari na waaminifu katika kazi ya Bwana. Lakini ikiwa ari hiyo itavuka mpaka na kujitenga na ukweli au ikiwa itasababisha wengine wajikwae, basi ari hiyo haikubaliki. Wakati tunapotia bidii katika kumfanyia Bwana kazi, sharti tuwe makini kutambua mahitaji ya wale watu walio karibu nasi, tujitahidi kwa faida zao, na tuishi kwa amani na kila mtu.

4. Upendo Hautakabari

Kuna watu ambao wakati wote hujigamba. Hawajali wengine watahisi nini watakapojigamba mbele yao. Wanapenda tu kuonyesha vitu walivyo navyo na wanataka kutambuliwa na wengine. Yusufu alijigamba juu ya ndoto zake wakati alipokuwa mvulana mdogo. Jambo hili liliwafanya ndugu zake wamchukie. Hakuielewa mioyo ya ndugu zake kwa kuwa alikuwa anapendwa sana na babake kwa njia ya kipekee. Baadaye, aliuzwa kama mtumwa nchini Misri na akapitia mateso mengi ili hatimaye aweze kukuza upendo wa kiroho. Kabla watu hawajakuza upendo wa kiroho, huenda wakaondoa amani kwa kujigamba na kujikweza wenyewe. Kwa hiyo Mungu anasema, "Upendo hautakabari."

Kwa kuelezea haya kwa njia rahisi, kujigamba ni kujifunua na kutaka kuonekana na watu. Kwa kawaida watu wanapenda kutambuliwa ikiwa wanatenda kitu kizuri zaidi kuwashinda wengine au ikiwa wana kitu fulani kizuri kushinda watu wengine. Je, nini matokeo ya majigambo hayo?

Kwa mfano, wazazi wengine wanapenda kutangaza na kujigamba kwa sababu ya mtoto wao anayesoma vizuri. Kisha, watu wengine huenda wakafurahi pamoja nao, lakini wengi wao majivuno yao yanaumizwa na wanahisi vibaya juu ya jambo hilo. Wanaweza kuwakemea watoto wao pasipo sababu yoyote. Haijalishi mtoto wako ana bidii kiasi gani katika masomo yake, ikiwa una wema kidogo tu wa kujali hisia za wengine, basi hutajigamba kwa ajili ya mtoto wako jinsi hii. Pia ungependa mtoto wa jirani yako afaulu katika masomo yake, na akifanya hivyo, basi utampongeza kwa furaha.

Wale wanaojigamba pia huwa na tabia ya kutopenda kutambua na kusifu kazi nzuri inayotendwa na watu wengine. Kwa njia moja au nyingine wanajaribu kuwashusha wengine kwa sababu wanadhani hawatambuliwi kiasi kwamba wengine ndio wanaotambuliwa. Hii ni njia moja inayoonyesha jinsi kujigamba kunavyoleta shida. Kuwa na tabia ya namna hii, basi moyo wa kujigamba u mbali na upendo wa kweli. Huenda ukafikiria ukijigamba utatambuliwa, lakini ukifanya hivyo utafanya iwe vigumu kwako kuheshimiwa na kupendwa kwa dhati. Badala ya watu walio karibu nawe kukuonea wivu, wewe mwenyewe utaingiwa na wivu na hali ya kutaka kuwaudhi wengine. "Lakini sasa mwajisifu katika majivuno yenu; kujisifu kote kwa namna hii ni kubaya" (Yakobo 4:16).

Kiburi cha Uzima Hutokana na Kuupenda Ulimwengu

Kwa nini watu hujigamba? Ni kwa sababu wana majivuno ya kiburi cha uzima ndani yao. Kiburi cha uzima kinarejelea "asili ya kujigamba kulingana na tamaa za ulimwengu huu." Hii inatokana na kuupenda ulimwengu. Kwa kawaida watu hujivunia mambo yale wanayoyaona kuwa muhimu. Wale wanaopenda pesa watajivunia zile pesa walizo nazo, na wale wanaoona mwonekano wa nje kuwa muhimu, watajivuna kuhusu mwonekano huo. Yaani, wanaweka pesa mbele, mwonekano wao mbele, umaarufu wao mbele, au wanaweka mamlaka yao katika jamii mbele kuliko Mungu.

Mmoja wa washirika wetu alikuwa na biashara kubwa ya kuuzia kompyuta kampuni kubwa kutoka Korea. Alitaka kuipanua biashara yake. Alipata aina nyingi ya mikopo na akawekeza katika biashara ya Internet café na ya urushaji wa matangazo kwenye Intaneti. Alianzisha kampuni kwa mtaji wa kuanzia wa won bilioni mbili, ambazo ni sawa na dola milion mbili za Marekani.

Lakini wakati mapato yalikuwa ya chini na hasara ziliongezeka na hatimaye kampuni ikafilisika. Nyumba yake ilipigwa mnada, na wadeni wake walikuwa wanamtafuta kila mahali. Ilibidi aishi katika nyumba ndogo zilizo chini ya ghorofa ya kwanza au kwenye ghorofa ya mwisho. Sasa alianza kutafakari juu ya maisha yake ya awali. Akagundua kwamba alikuwa na shauku ya kujivunia mafanikio yake na alikuwa na tamaa ya pesa. Alitambua kuwa aliwatesa watu waliokuwa karibu naye kwa sababu alikuwa anapanua biashara yake kupita uwezo wake.

Basi alipotubu kwa dhati mbele za Mungu kwa moyo wake wote na kuutupilia mbali ulafi, alifurahi hata ingawa wakati huu alikuwa anafanya kazi ya kusafisha mifereji na mashimo ya maji taka. Mungu aliiona hali yake na akamwonyesha njiia ya kuanzisha biashara mpya. Sasa, kwa vile anaifuata njia ifaayo sasa hivi, biashara yake inanawiri sana.

1 Yohana 2:15 inatuambia, "Msiipende dunia, wala mambo yaliyomo katika dunia. Mtu akiipenda dunia, kumpenda Baba hakumo ndani yake." Maana kila kilichomo duniani, yaani, tamaa ya mwili, na tamaa ya macho, na kiburi cha uzima, havitokani na Baba, bali vyatokana na dunia."

Hezekia, mfalme wa kumi na tatu wa Yuda Kusini, alikuwa mnyoofu machoni mwa Mungu na pia alilitakasa Hekalu. Aliyashinda mashambulizi ya Waashuru kupitia maombi; alipougua, aliomba kwa machozi na akaongezewa miaka mingine 15 ya kuishi hapa duniani. Lakini bado alikuwa na kiburi cha uzima ndani yake. Baada ya kupona ugonjwa wake, nchi ya Babeli ilituma wajumbe wake.

Hekezia alifurahi sana kuwapokea na aliwaonyesha nyumba yake yote ya hazina, fedha na dhahabu na viungo na mafuta ya thamani na silaha zake zote na kila kitu kilichokuwa katika nyumba yake ya hazina. Kutokana na majivuno yake, ufalme wa Yuda Kusini ulivamiwa na Babeli na hazina zote zikachukuliwa (Isaya 39:1-6). Majivuno hutokana na kuupenda ulimwengu, na yanamaanisha mtu huyo hampendi Mungu. Kwa hiyo, ili mtu aweze kukuza upendo wa kweli, sharti atupilie mbali majivuno ya kiburi cha uzima kutoka moyoni mwake.

Kijuvuna katika Bwana.

Kuna majivuno mengine yaliyo mazuri. Majivuno haya ni kujivuna katika Bwana kala ilivyosemwa katika kitabu cha 2 Wakorintho 10:17, "Lakini, Yeye ajisifuye, na ajisifu katika Bwana." Kujisifu katika Bwana ni kumpa Mungu utukufu, hivyo kujisifu zaidi katika Bwana ni bora zaidi. Mfano mzuri wa kujisifu hiko ni 'ushuhuda'.

Katika Wagalatia 6:14, Paulo anasema, "Lakini mimi, la hasha, nisione fahari juu ya kitu chochote ila msalaba wa Bwana wetu Yesu Kristo, ambao kwa huo ulimwengu umesulubishwa kwangu, na mimi kwa ulimwengu."

Kama alivyosema, tunajisifu kwa ajili ya Yesu Kristo aliyetuokoa na kutupatia ufalme wa mbinguni. Hatima yetu ilikuwa ni mauti ya milele kwa sababu ya dhambi zetu, lakini tunamshukuru Yesu aliyelipa gharama ya dhambi zetu msalabani, tulipokea uzima wa milele. Tunapaswa kuwa watu wenye shukrani sana!

Kwa sababu hiyo mtume Paulo alijisifu kwa sababu ya udhaifu wake. Katika kitabu cha 2 Wakorintho 12:9 inasema, "Naye akaniambia, Neema yangu yakutosha; maana uweza wangu hutimilika katika udhaifu. Basi nitajisifia udhaifu wangu kwa furaha nyingi, ili uweza wa Kristo ukae juu yangu."

Kusema kweli, mtume Paulo alitenda miujiza na ishara nyingi na hata watu walileta vitambaa au aproni ambavyo aliviugusa kisha vikapelekewa wagonjwa nao wakaponywa. Alifunga safari tatu za kimisionari na akawaleta watu wengi kwa Bwana na akaanzisha makanisa katika miji mingi. Lakini anasema yeye siye aliyefanya kazi hizo zote. Alijisifu tu kwamba neema ya Mungu na nguvu za Bwana ndizo zilizofanya yale aliyokuwa ameyafanya.

Leo hii, watu wengi hutoa ushuhuda wao unaohusu jinsi alivyokutana na Mungu aliye hai na alivyoshuhudia nguvu zake katika maisha yao ya kila siku. Wanatoa upendo wa Mungu wakisema waliponywa magonjwa yao, walipata baraka za kifedha, na amani ya familia walipomtafuta Mungu kwa bidii na kumwonyesha matendo ya upendo wao.

Kama kitabu cha Mithali 8:17 kinavyosema, "Nawapenda wale wanipendao, Na wale wanitafutao kwa bidii wataniona," wanashukuru kwamba walishuhudia upendo mkuu wa Mungu na wakawa na imani kubwa, na hiyo inamaanisha walipokea baraka za kiroho. Kujisifu kwa aina hiyo katika Bwana humpa Mungu utukufu na huleta imani na uzima katika mioyo ya watu. Katika kufanya hivyo walijiwekea hazina Mbinguni na shauku za mioyo yao zitajibiwa kwa haraka zaidi.

Lakini sharti tuwe waangalifu na kitu kimoja hapa. Watu wengine husema wanampa utukufu Mungu lakini kwa kweli wanajaribu kujitambulisha kwa watu wengine au kuwatambulisha wengine yale waliyotenda. Wanamaanisha moja kwa moja kuwa walisema kupokea baraka kwa sababu ya juhudi zao wenyewe. Inaonekana wanampa Mungu utukufu, lakini kwa kweli wanajipa utukufu wote hao wenyewe. Shetani atawashtaki watu kama hao. Isitoshe, matokeo ya kujisifu kwao yatafunuliwa; huenda wakakumbana na majaribu mbalimbali, au mtu akikosa kuwatambua, watamwacha Mungu tu.

Kitabu cha Warumi 15:2 kinasema, "Kila mtu miongoni mwetu na ampendeze jirani yake, apate wema, akajengwe." Kama nilivyokwisha kusema, sharti wakati wote tuongee kwa lengo la kuona majirani zetu wamejengwa na tupande imani na uzima ndani yao. Kama vile maji yanavyotakaswa yanapopitia kwenye kichujio, sharti tuwe na kichujio cha maneno yetu kabla hatujaongea, huku tukifikiria kuhusu ikiwa maneno yetu yatajenga au yataumiza hisia za wasikilizaji.

Kutupilia Mbali Majivuno ya Kiburi cha Uzima

Hata ingawa wana mambo mengi ya kujivunia, hakuna mtu atakayeishi milele. Baada ya maisha haya hapa duniani, kila mtu ataenda Mbinguni au Jehanamu. Huko Mbinguni, hata zile barabara tutakazokanyaga zimetengenezwa kwa dhahabu, na utajiri ulio huko hauwezi kulinganishwa na utajiri wa dunia hii. Hiyo inamaanisha kujisifu katika dunia hii ni ubatili. Pia, hata mtu akiwa na mali nyingi, akiwa maarufu, mwenye maarifa, na mamlaka, hawezi kujisifu kwa mambo hayo akiwa Jehanamu.

Yesu alisema, "Kwani atafaidiwa nini mtu akiupata ulimwengu wote, na kuipoteza nafsi yake? Au mtu atatoa nini badala ya nafsi yake? Kwa sababu Mwana wa Adamu atakuja katika utukufu wa Baba yake pamoja na malaika zake; ndipo atakapomlipa kila mtu kwa kadiri ya matendo yake." (Mathayo 16:26-27).

Majivuno ya ulimwengu hayawezi kamwe kutoa uzima wa milele au kuleta hali ya kutosheka. Lakini badala yake yanaleta shauku zisizo na maana na yanatufanya tuangamizwe. Tunapotambua ukweli kama na kujaza mioyo yetu kwa matumaini ya Mbinguni, tutapokea nguvu za kutupilia mbali majivuno ya kiburi cha uzima. Ni sawa na mtoto anayeweza kutupa mwanasesere wake aliyechakaa na asiye na thamani wakati anapopata mwanasesere mpya. Hatung'ang'anii mambo ya dunia hii au kuhangaika ili tupate mambo ya dunia hii, kwa sababu tunajua uzuri wa ufalme wa mbinguni.

Tutakapotupilia mbali majivuno ya kiburi cha uzima, tutajivuna tu katika Yesu Kristo. Hatutahisi kuwa kuna kitu chochote hapa duniani ambacho kinafaa tujisifu kwacho, lakini badala yake, tutajivunia utukufu tutakaoufurahia milele katika ufalme wa mbinguni. Kisha, tutajawa na furaha ambayo hatukuijua hapo awali. Hata ikiwa tutakumbana na wakati mgumu katika maisha yetu, hatutahisi mambo hayo kuwa magumu sana. Tutamshukuru Mungu tu kwa upendo wa Mungu aliyetoa Mwanawe wa pekee Yesu kutuokoa, na hivyo tunaweza kujawa na furaha katika hali zote. Ikiwa hatutafuti majivuno ya kiburi cha uzima, hatutahisi kuinuliwa tunaposifiwa na watu, au kuvunjika moyo tunapokatazwa jambo. Tutajichunguza wenyewe kwa upole zaidi wakati tutakaposifiwa, na tutashukuru tu wakati tutakapokemewa na kujaribu kujirekebisha zaidi.

5. Upendo Haujivuni

Wale wanajivuna huhisi kwa urahisi kuwa wao ni bora kuliko wengine na hujawa na kiburi. Mambo yanapowaendea vizuri, wao hufikiria kuwa wamefanya kazi nzuri na kwa hiyo hujidanganya au huwa wavivu. Biblia inasema kwamba moja ya maovu ambayo Mungu anachukia zaidi ni kiburi. Kiburi pia ndicho sababu kuu inayowafanya watu kujenga Mnara wa Babeli ili washindane na Mungu. Tukio lilimfanya Mungu kuzikoroga lugha.

Sifa za Watu Wanaojivuna

Mtu mwenye kiburi huwaona wengine kutokuwa bora kuliko yeye na kuwadharau au kuwapuuza wengine. Mtu kama huyo huhisi ni mkubwa zaidi kuliko wengine katika hali zote. Yeye hujiona bora kuliko wote. Huwadharau, kuwadunisha na kujaribu kuwafundisha wengine mambo yote. Anadhihirisha tabia ya kiburi kwa urahisi kwa wale anaowaona kuwa chini kuliko yeye. Wakati mwingine, katika kiburi chake kilichokithiri mpaka huwadharau wale waliomfundisha na kumwongoza na wale walio juu yake katika biashara au hadhi ya kijamii. Hayuko tayari kusikiza ushauri wowote, kukatazwa chochote na kushauriwa na wakubwa wake. Yeye atalalamika na kusema, "Mkubwa anasema hivyo tu kwa sababu hajui lolote juu ya hayo," au atasema, "Ninajua kila kitu na ninaweza kukifanya vizuri sana."

Mtu kama huyo husababisha ugomvi mwingi na mabishano na wengine. Mithali 13:10 inasema, "Kiburi huleta mashindano tu; Bali hekima hukaa nao wanaoshauriana."

2 Timotheo 2:23 inasema, "Lakini uyakatae maswali ya

upumbavu yasiyo na elimu, ukijua ya kuwa huzaa magomvi." Ndiposa ni upumbavu na ujinga kufikiria kwamba wewe tu ndiye unasema ukweli.

Kila mtu ana dhamira tofauti na maarifa tofauti. Hii ni kwa sababu kila mtu ni tofauti katika yale aliyoyaona, kuyasikia, na kuyapitia na kufundishwa. Lakini maarifa ya kila mtu huwa si sahihi, na baadhi ya maarifa hayo yamehifadhiwa vibaya. Ikiwa maarifa hayo yamefanywa kuwa magumu ndani yetu kwa muda mrefu, hali ya kujiona watakatifu na mifumo huanza kuumbika. Kujiona watakatifu ni kusisitiza kwamba maoni yetu ndiyo maoni sahihi pekee, na hali hiyo ikiwa ngumu huwa ndio mfumo wetu wa kufikiria. Watu wengine huunda mifumo yao kwa utu wao au kwa maarifa waliyo nayo.

Mfumo ni kama kiunzi cha mifupa ya mwili wa mwanadamu. Mfumo huo huunda umbo la kila mtu, na mara umbo linapoundwa ni vigumu kulivunja. Mawazo ya watu wengi hutokana na hali ya kujiona watakatifu na mifumo. Mtu ambaye anakumbwa na hali ya kujiona kuwa duni hukasirika kwa haraka mtu anapomkosoa kwa jambo lolote lile. Au, kama wasemavyo wahenga, tajiri akivutavuta nguo zake, watu hudhani kwamba anajigamba na kuonyesha mavazi yake. Ikiwa mtu atatumia maneno magumu au mazito, watu watadhani anajaribu kuonyesha ana maarifa mengi na anawadharau wengine.

Nilijifunza kutoka kwa mwalimu wangu wa shule ya msingi kwamba Statue of Liberty inapatikana San Francisco. Nakumbuka vizuri jinsi alivyonifunza kwa kutumia picha na ramani ya Marekani. Katika miaka ya 90, nilienda Marekani kuendesha mkutano wa pamoja wa uvuvio. Hapo ndipo nilitambua kuwa sanamu ya Statue of Liberty inapatikana New

York City.

Kwangu sanamu hiyo ilipaswa kuwa San Francisco, kwa hiyo sikuelewa kwa nini ilikuwa New York City. Basi niliwauliza watu waliokuwa karibu nami nao wakasema ni kweli sanamu hiyo iko New York. Ndipo nikatambua kwamba sehemu ya ufahamu niliouamini kuwa kweli ulikuwa si kweli. Wakati huo, pia nilifikiria kila nilichokiamini kuwa sahihi huenda si sahihi vile vile. Watu wengi wanaamini na kusisitiza mambo ambayo si sahihi.

Hata wanapokuwa wamekosea, wale wenye kiburi hawatakubali kuwa wamekosea badala yake wataendelea kusisitiza maoni yao, na hili hatimaye litazua magombano. Lakini wale walio wanyenyekevu hawatagombana hata ikiwa mtu mwingine ndiye alikosea. Hata ingawa wana hakika asilimia 100 kwamba wanasema ukweli, bado wanafikiria kwamba huenda wamekosea, kwa kuwa hawana lengo lolote la kushinda wengine katika kubishana.

Moyo wa unyenyekevu una upendo wa kiroho unawaona wengine kuwa bora zaidi. Hata kama wengine hawajabahatika kimaisha, hawana elimu nyingi, au hawana uwezo mkubwa katika jamii, tukiwa na nia ya unyenyekevu tunaweza kuwaona wengine kutoka mioyoni mwetu kuwa bora kuliko sisi wenyewe. Tungeziona nafsi zote kuwa zenye thamani sana kwa kuwa ni za thamani sana kiasi kwamba Yesu alimwaga damu yake kwa ajili ya nafsi hizo.

Kiburi cha Kimwili na Kiburi cha Kiroho

Mtuakidhihirisha matendo hayo ya uwongo ya kujigamba, kuonyesha maringo na kuwadharau wengine, anaweza kupata kiburi cha aina hiyo kwa urahisi. Tunapompokea Bwana na kufikia kuujua ukweli, sifa hizi za kiburi cha kimwili zinaweza kuondolewa kwa urahisi. Kinyume chake, si rahisi kutambua na kutupilia mbali kiburi cha mtu. Basi kiburi cha kiroho ni nini?

Kadri unavyokwenda kanisani kwa muda mrefu, ndivyo unavyopata maarifa zaidi ya Neno la Mungu. Huenda ukapewa vyeo na majukumu kanisani au ukachaguliwa kama kiongozi. Kisha unaweza unaweza ukahisi kuwa umekuza kiwango kikubwa cha maarifa ya Neno la Mungu moyoni mwako ambacho kinatosha wewe kuanza kujisemea, "Nafikiri nimefanikisha mambo mengi sana. Lazima ninasema ukweli kuhusu mambo mengi!" Huenda ukawakemea wengine, ukawahukumu na kuwatia hatiani kwa Neno la Mungu lililo ndani yako kama maarifa, huku ukifikiria unatambua yale yaliyo ya kweli na uwongo kulingana na ukweli. Viongozi wengine wa kanisa hutafuta faida zao wenyewe na kuvunja sheria na utaratibu wanaopaswa kuufuata. Bila shaka wanakiukak maagizo ya kanisa kwa matendo lakini wanajisemea, "Kwangu hili ni SAWA kwa sababu niko kwenye nafasi hii. Mimi nina nafasi ya kipekee." Nia ya kujikweza jinsi hiyo ni kiburi cha kiroho.

Tukisema kuwa tunampenda Mungu na huku tunaipuuza sheria na maagizo ya Mungu kwa moyo wa kujikweza, basi ungamo letu si la kweli. Tukiwahukumu na kuwatia hatiani wengine, hatuwezi kusemekana kuwa na upendo wa kweli. Ukweli unatufundisha kuangalia, kusikiliza na kuzungumzia ule uzuri wa wengine.

Ndugu, msisingiziane. Amsingiziaye ndugu yake, au kumhukumu ndugu yake, huisingizia sheria na kuihukumu sheria. Lakini ukiihukumu sheria, huwi mtenda sheria, bali umekuwa hakimu (Yakobo 4:11).

Je, utahisi namna gani ukijua udhaifu wa watu wengine?
Jack Kornfield, katika kitabu chake The Art of Forgiveness, Lovingkindness, and Peace, anaandika kuhusu njia mbalimbali za kukabiliana na matendo yasiyokuwa ya ustadi.

"Katika kabila moja ya Babemba huko Afrika Kusini, mtu akitenda mambo pasipo uangalifu au bila kuzingatia haki, huwekwa katikati ya kijiji, peke yake na pasipo kuwekewa vizuizi vyovyote. Kazi zote husimamishwa, na kila mtu, awe mke au mume, na watoto katika kijiji hicho hukusanyika pamoja kumzunguka yule mtuhumiwa. Kisha kila mtu katika kabila hilo huongea na yule mshutumiwa, mmoja baada ya mwingine, kila mtu hukumbuka yale mazuri ambayo yule mtuhumiwa aliyewekwa katikati alitenda katika maisha yake. Kila tukio, kila alilotenda ambalo linaweza kukumbukwa kwa utondoti na usahihi husimuliwa. Sifa zake zote ambazo ni nzuri, matendo mazuri, uwezo wake, na ukarimu wake hukaririwa kwa uangalifu na kwa kirefu. Sherehe hiyo ya kitamaduni mara kwa mara hudumu kwa siku za kuhesabu. Mwishowe, ule mviringo huvunjwa, na kisha sherehe ya furaha huanza, na yule mtu hukaribishwa tena kiishara na kihalisia kurudi katika lile kabila.

Kupitia mchakato huu, wale watu waliofanya makosa huweza tena kujistahi na kuamua kuchangia katika masuala ya kabila lao. Ni jambo zuri sana kuwa na mahakama ya aina hiyo, inasemekana ni nadra sana uhalifu kutendeka katika jamii hiyo.

Tunapoyaona makosa ya wengine, tunaweza kufikiria iwapo

tuwahukumu na kuwatia hatiani kwanza au tuwahurumie kwa mioyo yetu ya huruma. Kwa kiwango hiki, tunaweza kuchunguza jinsi tulivyokuza unyenyekevu na upendo. Kwa kijichunguza wenyewe wakati wote, hatupaswi kutosheka na yale tuliyokwisha kamilisha, kwa sababu tu tumekuwa waamini kwa muda mrefu.

Kabla mtu hajatakaswa kabisa, kila mtu huwa na asili inayoruhusu ukuaji wa kiburi ndani yake. Kwa hiyo, ni muhimu sana kuing'oa mizizi ya asili ya kiburi. Kiburi kinaweza kichipuza wakati wowote tusipoking'oa kabisa kupitia maombi ya dhati. Ni kama wakati unapokata magugu, hata ukiyakata yataendelea kumea tena hadi pale utakapoyang'oa kabisa. Yaani, kwa kuwa asili ya dhambi haijaondolewa kabisa kutoka moyoni, kiburi hujitokeza tena na tena wakati wanapoishi maisha ya imani kwa muda mrefu. Kwa hiyo, sharti wakati wote tunyenyekee mbele za Bwana kama watoto, huku tukiwaona wengine kuwa bora kuliko sisi wenyewe, na tujitahidi wakati kukuza upendo wa kiroho.

Watu Wenye Kiburi Hujiamini Wenyewe

Nebukadneza alianzisha enzi kuu ya Babeli Kuu. Moja ya maajabu ya kale, yaani Bustani ya Kunyongea ilitengenezwa wakati wa utawala wake. Alijisifu na kusema kwamba ufalme wake wote na kazi zake zote zilitengenezwa kwa uwezo wake. Alijitengenezea sanamu yake mwenyewe na akawalazimisha watu waiabudu. Kitabu cha Danieli 4:30 kinasema, "Mfalme akanena, akasema, Mji huu sio Babeli mkubwa nilioujenga mimi, uwe makao yangu ya kifalme, kwa uwezo wa nguvu zangu, ili uwe utukufu wa enzi yangu?"

Hatimaye Mungu alimruhusu kuelewa nani haswa ndiye mtawala wa ulimwengu huu (Danieli 4:31-32). Alifukuzwa kwenye kasri yake, na akalisha nyasi kama ng'ombe, na akaishi kama hayawani jangwani kwa muda wa miaka saba. Je, maana ya kiti chake cha enzi ilikuwa ipi wakati huo? Hatuwezi kupata chochote ikiwa Mungu hajaruhusu tupate kitu hicho. Nebukadneza alirudi katika hali yake ya kawaida ya akili timamu baada ya miaka saba. Alitambua kiburi chake na akamtambua Mungu. Kitabu cha Danieli kinasema, "Basi mimi, Nebukadneza, namhimidi Mfalme wa mbinguni, namtukuza na kumheshimu; maana matendo yake yote ni kweli, na njia zake ni za adili; na wale waendao kwa kutakabari, yeye aweza kuwadhili."

Haya hayamhusu Nebukadneza tu. Waamini wengine duniani husema, "Najiamini mimi mwenyewe." Lakini si rahisi kwao kuushinda ulimwengu. Kuna matatizo mengi duniani ambayo hayawezi kusuluhishwa kwa uwezo wa kibinadamu. Hata maarifa yale ya hali ya juu zaidi na teknolojia havina maana yoyote mbele ya majanga ya kiasili yakiwemo vimbunga na matetemeko ya ardhi na majanga mengine yasiyotarajiwa.

Na kuna magonjwa mengi sana ambayo hayawezi kutibiwa kwa dawa za kisasa. Lakini watu wengi wanapokumbana na matatizo mbalimbali hujitegemea wenyewe badala ya kumtegemea Mungu. Wanategemea mawazo yao, uzoefu wao na maarifa yao. Lakini wanapokuwa bado hawajafanikiwa na bado wanakabiliwa na matatizo, wanamlalamikia Mungu licha ya kuwa hawamwamini Mungu. Hii ni kwa sababu ya kiburi kilicho katika mioyo yao. Kwa sababu ya kiburi hicho, hawakiri udhaifu wao na wanashindwa kumtambua Mungu kwa njia ya unyenyekevu.

Kinachosikitisha zaidi ni kwamba waamini wengine katika Mungu hutegemea ulimwengu na hujitegemea wenyewe badala ya kumtegemea Mungu. Mungu anataa watoto wake wafanikiwe na waishi kwa msaada wake. Lakini ikiwa hauko tayari kunyenyekea mbele za Mungu katika kiburi chako, Mungu hawezi kukusaidia. Basi, huwezi kulindwa kutokana na adui ibilisi au kufanikiwa katika njia zako. Kama Biblia inavyosema katika Mithali 18:12, "Kabla ya uharibifu moyo wa mwanadamu hujivuna; Na kabla ya heshima hutangulia unyenyekevu," kitu kinachokufanya ushindwe na uharibiwe ni kiburi chako.

Mungu huwaona watu wenye kiburi kuwa wapumbavu. Uwepo wa mwanadamu ni mdogo sana ikilinganishwa na Mungu ambaye hufanya Mbinguni kuwa kiti chake cha enzi na nchi kuwa kiti cha miguu yake. Wanadamu wote wameumbwa kwa mfano wa Mungu na sote tu sawa kama wa watoto wa Mungu tuwe watu wa tabaka kubwa au la chini. Haijalishi tunaweza kujivunia mambo mangapi katika ulimwengu huu, maisha ya dunia hii ni ya muda mfupi tu. Maisha haya mafupi yanapofikia mwisho, kila mtu atahukumiwa mbele za Mungu. Na tutainuliwa Mbinguni kulingana na yale tuliyotenda kwa unyenyekevu katika dunia hii. Hii ni kwa sababu Bwana atatuinua kama Biblia inavyosema katika Yakobo 4:10, "Jidhilini mbele za Bwana, naye atawakuza."

Maji kidogo yakikusanyika mahali pamoja, yatatulia na kisha kuoza na kujawa na mabuu. Lakini maji yanapotiririka kuteremkia chini ya kilima hatimaye yatafika baharini na kupatia uhai viumbe hai wengi sana. Katika njia hiyo hiyo, natunyenyekee ili tuweza kuwa watu wakubwa machoni pa Mungu.

6. Upendo Haukosi Kuwa na Adabu

'Adabu' au 'Tabia njema' ni ile njia ya utendaji inayokubalika katika jamii, na inayohusu mitazamo na tabia za watu kwa wengine. Aina za adabu za kitamaduni zinatofautiana kimuundo katika maisha yetu ya kila siku kama vile adabu zetu katika mazungumzo yetu, katika kula, au tabia tunazokuwa nazo katika sehemu za umma kama vile kumbi za burudani.

Kuwa na adamu ni sehemu muhimu katika maisha yetu. Tabia zinazokubalika katika jamii na zinazoandana na kila mahali na tukio kwa kawaida huweza kuwavutia watu wengine. Kinyume chake, ikiwa hatudhihirishi tabia zinazofaa na tukipuuza adabu za kimsingi, basi hali hiyo inaweza kuwafanya wale walio karibu nasi wasipendezwe. Zaidi ya hayo, tukisema tunampenda mtu fulani lakini tumtendee huyo mtu mambo yasiyofaa, basi itakuwa vigumu kwa mtu huyo kuamini kwamba kweli tunampenda.

Kamusi ya Merriam-Webster Y Mtandaoni inarejelea 'kukosa adabu' kama 'kutenda mambo yasiyolingana na vigezo vya tabaka au hali ya maisha ya mtu.' Hapa pia kuna aina nyingi za vigezo vya adamu za kimila katika maisha yetu ya kila siku kama vile katika salamu na mazungumzo. Kinachotushangaza ni kuwa, watu wengi hawatambui kwamba walikosa adabu hata baada ya kutenda jeuri. Haswa ni rahisi, kwetu kuwatendea jeuri wale walio karibu nasi. Hii ni kwa sababu tunapohisi kuwa hatupendezwi na watu fulani, huwa kwa kawaida tunawatendea jeuri au pasipo adabu.

Lakini tukiwa na upendo wa kweli, hatukosi kuwa na adabu. Tuseme kwa mfano una kito cha thamani sana na cha kupendeza. Je, ungekichukulia hivi hivi tu? Bila shaka ungekuwa mwangalifu sana na makini katika kukichunga ili kisivunjike, kisidhuriwe au usikipoteze. Vivyo hivyo, ikiwa unampenda mtu kweli, utamtendea mambo mazuri sana.

Kuna aina mbili za hali ambapo unaweze kukosa adabu: kuwa mjeuri mbele za Mungu na kuwa mjeuri kwa mwanadamu.

Kukosa Adabu Kwa Mungu

Hata miongoni mwa wale wanaomwamini Mungu na kusema kuwa wanampenda Mungu, tunapoyaona matendo yao na kusikia maneno yao, tutakuta wengi wao hawampendi Mungu kamwe. Kwa mfano, kusinzia wakati wa ibada ni mfano mmoja wa kuwa mjeuri mbele za Mungu.

Kusinzia wakati wa ibada ni sawa na sawa na kusinzia mbele za Mungu mwenyewe. Utakuwa mjeuri endapo utasinzia mbele za rais wa nchi au Afisa Mkuu Mtendaji wa kampuni. Basi, tutakuwa tunakosa adabu kiasi gani tukisinzia mbele za Mungu? Bila shaka litakuwa jambo la kutiliwa shaka ikiwa utasema kuwa bado unampenda Mungu. Au, tuseme kwa mfano unakutana na mpendwa wako na wakati mnakutana usinziesinzie mbele zake. Basi, unawezaje kusema kuwa unampenda mtu huyo?

Pia, ikiwa una mazungumzo ya kibinafsi na watu walio karibu nawe wakati wa ibada au ikiwa unaota mchana, huko pia ni kukosa adabu. Tabia kama hii inadhihirisha kuwa yule anayeabudu anakosa kicho cha Mungu na hampendi Mungu.

Tabia kama hizi pia huwaathiri wahubiri. Tuseme kwa mfano kuna mwamini anayeongea na mtu mwingine aliye karibu naye, au anasinzia na kukumbwa na mawazo yasiyo na faida. Basi, mhubiri yule mhubiri huenda akashangaa kama ujumbe si mzuri vya kutosha. Anaweza kupoteza pumzi yake ya Roho Mtakatifu, hivi kwamba akashindwa kuhusu kwa ujazo wa Roho. Matendo haya yote hatimaye pia yataleta hasara kwa washirika wale wengine.

Ni sawa na kutoka kanisani wakati ibada inaendelea. Bila shaka, kuna mashemasi ambao hawana budi kutoka nje kutekeleza majukumu yao ya kusaidia wakati wa ibada. Hata hivyo, ni vyema kwenda hapa na pale wakatu tu ibada imeisha kabisa, isipokuwa labda kuwepo na sababu muhimu. Watu wengine hufikiria na kujismea, "Tunaweza kusikiliza mahubiri baadaye," kisha wanatoka muda mchache tu kabla ibada haijaisha, lakini tabia hii ni kukosa adabu.

Ibada za leo zinafanana sana na sadaka za kuteketezwa katika Agano la Kale. Walipotoa sadaka za kuteketezwa, iliwabidi wamkate vipande vipande yule mnyama na kisha waviteketeze vyote (Walawi 1:9).

Jambo hili leo, linamaanisha kwamba sharti tutoe ibada ifaayo na iliyo kamili kuanzia mwanzo hadi mwisho kulingana na utaratibu fulani na mpangilio uliowekwa. Sharti tufuate kila mpangilio wa utaratibu katika ibada kwa mioyo yetu yote, kuanzia na sala ya kunyamaza hadi tutakapoomba ombi la mwisho au Sala ya Bwana. Tunapoimba sifa au tunapoomba, au hata wakati wa kutoa sadaka na matangazo, lazima tuweke mioyo yetu hapo. Mbali na ibada rasmi za kanisani, katika aina yoyote ya mikutano ya maombi, kipindi cha sifa na kuabudu, au katika ibada za ushirika wetu wa nyumbani, sharti tufanya hayo yote kwa mioyo yetu yote.

Ili tuweze kumwabudu Mungu kwa mioyo yetu yote, kwanza kabisa, sharti tusichelewe kuhudhuria ibada. Si jambo zuri kuchelewa wakati umeagana kukutana na watu wengine, na vivyo hivyo ukichelewa kwenda kukutana na Mungu, basi unakosa adabu. Mungu wakati wote anasubiri pale mahali pa kuabudia ili apokee ibada zetu.

Kwa hiyo, sharti tusije tu mara ibada inapokuwa imeanza. Ni tabia nzuri kwenda kanisani mapema na kuomba maombi ya toba na kujiandaa kwa ibada yenyewe. Zaidi ya hayo, kutumia simu za mkononi wakati wa ibada, kuwaach watoto wakimbie huku na huko na kucheza wakati wa ibada ni kukosa adabu. Kutafuta Big G au kula chakula wakati wa ibada ni tabia ambayo iko katika kundi hili la kukosa adabu.

Mwonekano wa kibinafsi ulio nao kwa ajili ya kuabudu pia ni muhimu. Kwa kawaida, si vyema kwenda kanisani ukiwa umevalia nguo za kufanyia kazi za nyumbani au nguo ambazo ni za kazini. Hii ni kwa sababu nguo unazovaa ni njia moja wapo ya kuonyesha jinsi unavyomheshimu na kumcha mtu mwingine. Watoto wa Mungu wanaomwamini Mungu kweli wanajua jinsi Mungu alivyo wa thamani. Kwa hiyo, wanapokwenda kumwabudu Mungu, wanakwenda huku wakiwa wamevalia mavazi safi sana.

Bila shaka, kuna wakati mwingine haitakuwa hivyo. Watu wengi huhudhuria ibada za Jumatano au Mikutano ya kukesha ya Ijumaa moja kwa moja wanapotoka kazini. Wanapofanya haraka kufika mapema, wanaweza kufika wakiwa wamevalia nguo za kazini. Katika hali hiyo, Mungu hatasema watu hao ni wajeuri lakini badala yake atafurahi kwa sababu anapokea harufu nzuri ya mioyo yao kadri wanavyojaribu kuwahi mapema kwenye ibada hata ingawa wana shughuli nyingi kazini.

Mungu anataka tuwe na ushirika wa upendo pamoja naye kupitia ibada na maombi. Haya ni majukumu ambayo watoto wa Mungu sharti wayatekeleze. Hususan, maombi ni kuzungumza na Mungu. Wakati mwingine, wakati wengine wanapokuwa wanaomba, mwingine anaweza kumnyamazisha kwa kumgusa kwa sababu kuna jambo la dharura.

Hii ni sawa na kuwakatiza watu wengine wakati wanapokuwa wanaongea na wakubwa zao. Pia, unapoomba, ukifungua macho yako na kuacha kuomba mara moja kwa kuwa tu mtu fulani amekuita, basi huko pia ni kukosa adabu. Jambo kama hilo likitokea, sharti umalize maombi kwanza, ndipo uitike.

Tukiabudu na kuomba katika roho na kweli, Mungu atatupa thawabu na kutubariki. Yeye huyajibu maombi yetu kwa haraka zaidi. Hii ni kwa sababu anapokea harufu nzuri ya mioyo yetu kwa furaha. Lakini tukikosa adabau kwa mwaka mzima, miaka miwili, na kuendelea, basi hiyo itaunda ukuta wa dhambi dhidi ya Mungu. Hata kati ya mume na mke au kati ya wazazi na watoto, ikiwa uhusiano usiokuwa na upendo utaendelea, kutakuwa na shida nyingi. Ndivyo ilivyo na Mungu. Ikiwa tumejenga ukuta kati yetu na Mungu, hatuwezi kulindwa kutokana na magonjwa au ajali, na huenda tukakumbwa na matatizo mbalimbali. Huenda hatutapokea majibu ya maombi yetu, hata ikiwa tutaomba kwa muda mrefu. Lakini tukiwa na mitazamo mizuri katika ibada na maomgi, tunaweza kusuluhisha aina nyingi ya matatizi.

Kanisa ni Nyumba Takatifu ya Mungu

Kanisa ni mahali anapoishi Mungu. Kitabu cha Zaburi 11:4

kinasema, "BWANA yu katika hekalu lake takatifu. BWANA ambaye kiti chake kiko mbinguni."

Katika kipindi cha Agano la Kale si kila mtu aliruhusiwa kuingia patakatifu. Makuhani pekee ndio walioruhusiwa kuingia. Kuhani mkuu pekee ndiye aliyeruhusiwa kuingia Patakatifu pa Patakatifu mara moja kwa mwaka. Lakini leo, kwa neema ya Bwana, mtu yeyote anaweza kuingia hekaluni na akamwabudu Mungu. Hii ni kwa sababu Yesu ametukomboa kutokana na dhambi zetu kwa damu yake, kama ilivyoandikwa katika Waebrania 10:19 "Basi, ndugu, kwa kuwa tuna ujasiri wa kupaingia patakatifu kwa damu ya Yesu."

Hekalu halimaanishi tu mahali pale tunapoabudia. Kanisa linajumuisha kila sehemu iliyo ndani ya mipaka, ikiwemo uga na vifaa vyote vingine. Kwa hiyo, kila tunapokuwa kanisani, sharti tuwe waangalifu kuhusu hata neno moja dogo au tendo. Sharti tusikasirike na kugombana, au kuongea kuhusu burudani za kidunia au biashara tukiwa ndani ya kanisa. Ni sawa na kutovitunza vitu vya Mungu vitakatifu kanisani au kuviharibu, kuvivunja, au kuvitumia vibaya.

Hususan, ni makosa sana kununua au kuuza kitu chochote kanisani. Leo hii, kutokana na maendeleo ya teknolojia ya kununua bidhaa kupitia Intaneti, watu wengine hulipia kile wanacho nunua kwenye Intaneti wakiwa kanisani na kisha kupokea bidhaa hizo kanisani. Bila shaka hii ni shughuli ya kibiashara. Sharti tukumbuke kwamba Yesu alipindua meza na wale waliokuwa wakibadilisha fedha hekaluni na akawafukuza wale waliokuwa wakiuza mifugo ya kutoa dhabihu. Yesu hakukubali hata wale mifugo waliokuwa ni wa kutolewa dhabihu wauzwe ndani ya Hekalu. Kwa hiyo, sharti tusinunue au kuuza kitu chochote ndani ya kanisa kwa matumizi ya kibinafsi. Hiyo ni sawa na kuwa na mauzo kwenya uwanja wa kanisa.

Sehemu zote katika kanisa zinapaswa kutengwa kwa ajili ya kumwabudu Mungu na kuwa na ushirika na ndugu katika Bwana. Tunapoomba na mara kwa mara kuandaa mikutano ndani ya kanisa, sharti tuwe waangalifu ili tutambue utakatifu wa kanisa. Ikiwa tunalipenda kanisa, hatutakosa adabu ndani ya kanisa, na tutafanya kama ilivyoandikwa katika Zaburi 84:10, "Hakika siku moja katika nyua zako Ni bora kuliko siku elfu kwingineko; Ningependa kuwa bawabu nyumbani mwa Mungu wangu, Kuliko kuishi katika hema za uovu."

Kukosa Adabu Kwa Watu Wengine

Biblia inasema mtu asiyempenda ndugu yake pia hawezi kumpenda Mungu. Tukiwakosea adabu watu wengine wanaoonekana, tunawezaje basi kumheshimu Mungu ambaye hatuwezi kumuona?

"Mtu akisema, Nampenda Mungu, naye anamchukia ndugu yake, ni mwongo; kwa maana asiyempenda ndugu yake ambaye amemwona, hawezi kumpenda Mungu ambaye hakumwona" (1 Yohana 4:20).

Hebu natuangalie mifano ya matendo ya ukosefu wa adabu katika maisha yetu ya kila siku, ambayo huwa hatuyaoni. Kwa kawaida, tukijitafutia faida zetu wenyewe pasipo kufikiria nafasi ya wengine, basi tutatenda matendo mengi ya kijeuri. Kwa mfano, tunapoongea kwenye simu, pia tupaswa kuwa na adabu fulani. Tukipiga simu jioni kabisa au wakati wa usiku au tukiongea kwenye simu kwa muda mrefu na mtu mwenye shughuli nyingi, basi hiyo humdhuru yule tunayeongea naye. Lakini kufika kwenye mkutano fulani kuchelewa au kwenda kumtembelea mtu ghafla au kwenda kufika kwa mtu pasipo yeye kukutarajia, hiyo yote ni mifano kukosa ungwana.

Huenda mtu akajisemea, "Tuna uhusiano wa karibu sana na ni heshima ya kupita kiasi kufikiria kuhusu mambo hayo yote kati yetu." Unaweza kuwa uhusiano mzuri sana kiasi cha kuyaelewa mambo haya yote kuhusu mtu mwingine. Lakini bado ni vigumu sana kuweza kuuelewa moyo wa huyo mtu mwingine kwa 100%. Tunaweza kufikiria kwamba tunamwonyesha huyo mtu mwingine urafiki wetu, lakini yeye akatuelewa kivingine. Kwa hiyo, sharti tujaribu kufikiria huku tukizingatia mtazamo wa huyo mtu mwingine. Sharti haswa tuwe waangalifu tusimtendee mtu mwingine matendo yasiyokuwa ya kiungwana ikiwa yuko karibu sana nasi na hawana wasiwasi anapokuwa pamoja nasi.

Mara nyingi tunaweza kuongea maneno bila kufikiria au kutenda mambo bila kufikiria na kuwaudhi au kuwaumiza wale watu walio karibu nasi. Tunawetendea jeuri watu wa familia zetu au marafiki wetu wa dhati, na hatimaye uhusiano unaharibika na kuwa mbaya sana. Pia, wazee huwatendea vibaya wale walio na umri wa chini au walio wa tabaka la chini. Wazee hao huongea bila heshima, au huwa na mitazamo ya kupenda kuamrisha watu na kuwafanya watu hao kutohisi vizuri.

Lakini leo, ni vigumu kuwapata watu ambao wanawatumika wazazi wao, walimu wao, na wazee kwa mioyo yao yote. Hawa ni watu ambao bila shaka wanapaswa kuwahudumia. Wengine wanaweza kusema kuwa hali zimebadilika, lakini kuna kitu kimoja ambacho hakibadiliki. Walawi 19:32 says, "Mwondokeeni mtu mwenye mvi; heshimuni uso wa mtu mzee; nawe mche Mungu wako, Mimi ndimi BWANA."

Mapenzi ya Mungu kwetu ni kutekeleza wajibu wetu wote hata miongoni mwa wanadamu. Watoto wa Mungu sharti pia waifuate sheria na maagizo ya dunia hii na wasikose adabu. Kwa mfano, tunapozua vurugu katika sehemu za umma, tunapotema mate barabarani, au kuvunja sheria za trafiki, huko ni kuwatendea watu wengi vibaya. Sisi Wakristo tunaopawa kuwa nuru na chumvi ya ulimwengu, na hivyo sharti tuwe waangalifu na maneno tunayosema, matendo yetu na tabia zetu.

Sheria ya Upendo Ndiyo Kigezo cha Kikuu Zaidi

Watu wengi hutumia muda wao mwingi wakiwa na watu wengine, wakikutana nao na kuongea nao, wakila pamoja nao, na wakifanya kazi pamoja nao. Inapofikia hapo, kuna aina nyingi za adabu za kitamaduni katika maisha yetu ya kila siku. Lakini kila mtu na kiwango tofauti cha elimu, na tamaduni ni tofauti katika nchi mbalimbali na miongoni mwa rangi mbalimbali za watu. Basi, ni nini kinafaa kuwa kigezo cha tabia zetu?

Kigezo hicho ni ile sheria ya upendo iliyo katika mioyo yetu. Sheria ya upendo inarejelea sheria ya Mungu ambaye mwenyewe ni upendo. Yaani, kiwango kile tutakacholiandika Neno la Mungu mioyoni mwetu na kulitenda, ndivyo tutakavyokuwa na mitazamo ya Bwana na hatutakosa adabu. Maana nyingine iliyopo katika sheria ya upendo ni 'kujali'.

Bwana mmoja alikuwa anatembea usiku wa giza huku akiwa amebeba taa mkononi. Basi mtu mwingine alikuwa anakwenda zake upande wa pili, alipomwona huyu bwana aliyebeba taa, alitambua kuwa alikuwa kipofu. Kwa hiyo akamuuliza kwa nini alikuwa anabeba taa na ilhali yeye hana uwezo wa kuona. Yule bwana akamjibu, "Nabeba hii taa ili wewe usiweze kunigonga. Hii taa naibeba kwa ajili yako." Basi kutokana na kisa hiki tunaweza kuona kitu kinachohusu kujali.

Kuwajali wengine, ingawa linaonekana kuwa jambo dogo, kuna nguvu nyingi za kuigusa mioyo ya watu. Matendo ya yasiyokuwa ya kiungwana hutokana na hali ya kutowajali wengine, na hiyo inamaanisha hakuna upendo. Ikiwa kweli tunawapenda wengine, basi wakati wote tutawajali na kutowatendea jeuri.

Katika kilimo ikiwa matunda mabaya yanaondolewa kwa wingi miongoni mwa matunda yote, matunda yatakayokomaa yatamaliza virutubishi vyote vilivyoko, hivi kwamba matunda hayo yatakuwa na ngozi nzito kupita kiasi na vile vile ladha yake haitakuwa nzuri. Tusipowajali wengine, kwa wakati huo tunaweza kufurahia mambo yote yaliyopo, lakini hatimaye tutakuwa na ladha mbaya na wenye ngozi nzito kama yale matunda yaliyonawiri kupita kiasi.

Kwa hiyo, kama vile kitabu cha Wakolosai 3:23 kinavyosema, "Lolote mfanyalo, lifanyeni kwa moyo, kama kwa Bwana, wala si kwa wanadamu," sharti tumtumikie kila mtu kwa heshima kubwa kama vile tunavyomtumikia Bwana.

7. Upendo Hautafuti Mambo Yake

Katika ulimwengu huu wa kisasa, si vigumu kuona hali ya ubinafsi. Watu hutafuta faida zao wenyewe na si faida za umma. Katika nchi nyingine huwa wanaweza kemikali zinazodhuru ndani ya maziwa ya unga yaliyotengenezewa watoto wachanga. Watu huletea nchia zao madhara makubwa kwa kuiba teknolojia iliyo muhimu sana kwa nchi.

Kutokana na tatizo la watu kusema, 'sitaki ujenzi utendeke karibu na nyumbani kwangu' ni vigumu kwa serikali kujenga sehemu za umma kama vile eneo la kutupia taka au sehemu ya umma ya kuchomoea miili ya watu. Watu hawajali kuhusu maslahi ya wengine lakini wanajali maslahi yao peke yao. Tunaweza kuona matendo mengi ya ubinafsi katika maisha yetu ya kila siku, hata ingawa si kama hayo yaliyokwisha tajwa.

Kwa mfano, wafanyakazi wenzako au marafiki wanaamua kwenda kula pamoja. Wanapofika kwenye mkahawa hawana budi kuchagua kile wanachotaka kula, kisha mmoja wao asisitize kuwa anataka kula chakula fulani. Mwingine naye amuige huyu na kusema atakula chakula kile kile anachotaka kula mwenzake, lakini awe kwa ndani hakipendi. Bado mwingine wakati wote aombe kusikia maoni ya mwingine kuhusu chakula fulani. Basi, awe anapenda aina ya chakula walichoagiza wenzake au la, yeye wakati wote atakula chakula hicho kwa furaha. Je, wewe u katika kundi gani?

Mfano mwingine ni tuseme kundi la watu wako kwenye kikao cha kuandaa hafla fulani. Wana maoni tofauti mbele zao. Mtu mmoja anajaribu kuwashawishi wale wengine hadi wakubaliane naye. Mwingine naye hasisitizi yale maoni yake sana, lakini ikiwa hapendi maoni ya mtu mwingine anasita kiasi, kisha anayakubali.

Bado yupo mwingine anayewasikiza wengine kila wanapotoa maoni yao. Na hata ikiwa wazo lao ni tofauti na lake, anajaribu kulifuata. Tofauti kama hizo hutokana na kiwango cha upendo alio nao kila mtu moyo mwake.

Ikiwa maoni yanagongana kiasi cha kuleta magombano na ubishi, ni kwa sababu watu wanasisitiza maoni yao pekee, na wanatafuta mambo yao wenyewe. Ikiwa watu wawili waliooana, kila mmoja wao atasisitiza maoni yake pekee, basi watagongana wakati wote na hawataweza kuelewana. Wanaweza kuwa na amani ikiwa watakubali na kuelewana, lakini amani mara kwa mara inaondolewa kwa sababu kila mmoja wao anasisitiza maoni yake.

Ikiwa tunampenda mtu, basi tutamjali mtu huyo zaidi ya tunavyojijali wenyewe. Hebu natuangalie upendo wa wazazi. Wazazi wengi huwafikiria watoto wao kwanza kabla hawajajifiria wenyewe. Kwa hiyo, kina mama wangependelea kusikia wakiambiwa, "Binti yako ni mrembo sana," kuliko kuambiwa yeye mwenyewe, "U mrembo."

Badala ya wao wenyewe kula chakula kitamu, hufurahi zaidi wakati watoto wao wanapokula vizuri. Hufurahi zaidi wakiwavisha watoto wao nguo nzuri, badala ya wao wenyewe kuvalia nguo nzuri. Pia, wanapenda watoto wawe werevu zaidi kuliko wao wenyewe. Wanapenda watoto wao wajue mengi zaidi na wapendwe na wengine. Ikiwa tunawapa majirani zetu na watu wengine wote, aina hii ya upendo, je, Mungu Baba atafurahi jinsi gani anapokuwa nasi!

Abrahamu Alihakikisha Wengine Wanafaidika kwa Upendo

Kuyaweka mambo ya wengine mbele ya mambo yetu kunatokana na upendo wa kisadaka. Abrahamu ni mfano mzuri wa mtu aliyeweka faida ya wengine mbele kuliko kutafuta faida zake mwenyewe.

Abrahamu alipokuwa anahama kutoka katika mji wake, mpwa wake Lutu alimfuata. Lutu pia alipokea baraka kuu kwa hisani ya Abrahamu na alikuwa na mifugo wengi sana kiasi kwamba hakukuwa na maji ya kutosha ya kunywesha mifugo wa Abrahamu na wa Lutu. Wakati mwingine wachungaji wa pande zote mbili walizozana.

Abrahamu hakutaka amani itoweke, na hivyo akampa Lutu haki ya kuchagua upande wa konde aliopenda na upande uliobakia amwachie. Sehemu muhimu zaidi ya kutunza yale makundi ya mifugo ilikuwa nyasi na maji. Pale mahali walipokuwa wanakaa hapakuwa na nyasi na maji ya kutosha kwa makundi ya mifugo wao, na kuitoa ardhi iliyo nzuri zaidi ilikuwa sawa na kutoa kile kichohitajika ili mtu aishi.

Abrahamu aliweza kumjali sana Lutu kwa sababu Abrahamu alimpenda sana. Lakini Lutu hakuelewa kwa kweli upendo huu wa Abrahamu; alichagua lile konde zuri, bonde la Yordani na akaondoka. Je, Abrahamu alihisi vibaya alipomuona Lutu anachagua mara moja sehemu ile nzuri pasipo kusita? La hasha! Alfurahi kwamba mpwa wake alichagua sehemu nzuri ya ardhi.

Mungu aliiona roho nzuri ya Abrahamu na akambariki hata zaidi kila mahali alikokwenda. Alitajirika sana kiasi kwamba aliheshimiwa hata na wafalme wa eneo hilo. Kama ilivyoelezwa hapa, bila shaka tutapokea baraka kutoka kwa Mungu ikiwa tutawaweka wengine mbele badala ya sisi wenyewe.

Tukitoa kitu chetu wenyewe na kuwapa watu tunaowapenda, furaha tutakayopata itakuwa kubwa zaidi kuliko kitu chochote kile. Ni aina ya furaha ambayo wale tu ambao wametoa kitu cha thamani sana kwa wapendwa wao ndio wanaoweza kuelewa. Yesu alifurahia furaha kama hiyo. Furaha iliyokuu zaidi inaweza kupatikana tutakapokuza upendo ulio mkamilifu. Ni vigumu kutoa kwa wale tunaowachukia, lakini si vigumu kamwe kutoa kwa ajili ya wale tunaowapenda. Tutafurahi endapo tutatoa.

Furahia Furaha Nyingi

Upendo mkamilifu hutupa nafasi ya kuwa na furaha nyingi. Ili tuweze kuwa na upendo mkamilifu kama Yesu, sharti tuwaweke wengine mbele badala ya kujiweka mbele sisi wenyewe. Badala ya kujijali wenyewe, tunapaswa kuwapa kipau mbele majirani zetu, Mungu, Bwana, na kanisa, na tukifanya hivyo, Mungu atatutunza. Mungu hutupa kitu kizuri zaidi tunapowaweka wengine mbele badala yetu. Tutawekewa thawabu huko mbinguni. Ndiyo maana Mungu anasema, katika Matendo 20:35, "Ni heri kutoa kuliko kupokea."

Hapa, tunapaswa kuelewa jambo moja. Hatufai kujiletea matatizo ya kiafya wenyewe kwa kuufanyia kazi ufalme wa mbinguni kupita uwezo wa nguvu za miili yetu. Mungu ataipokea mioyo yetu tukijaribu kuwa waaminifu kupita mipaka yetu. Lakini miili yetu inahitaji kupumzika. Pia tunapaswa kutunza ufanisi wa nafsi zetu kwa kuomba, kufunga, na kujifunza Neno la Mungu, na si kufanyia kazi kanisa tu.

Watu wengine husababisha hasara au madhara yawapate watu wa familia au watu wengine wa kutumia muda mwingi katika shughuli za kidini au kazi za kanisa. Kwa mfano, watu wengine hawawezi kutekeleza majukumu yao vizuri katika kazi fulani kwa sababu wamefunga. Wanafunzi wengine huenda wakaacha masomo yao na kujihusisha na kazi za Sunday School.

Katika mifano iliyotajwa hapo juu, huenda wakafikiria kwamba hawakuweka mbele mambo yao wenyewe kwa sababu bado wanafanya bidii. Lakini, hiyo si kweli. Licha ya kwamba wanamfanyia kazi Bwana, si waaminifu katika nyumba yote ya Mungu, na hivyo inamaanisha hawakutimiza wajibu wote wa watoto wa Mungu. Isitoshe, walijitafutia faida zao wenyewe.

Sasa, tufanyeje ili tuepuke kutafutia faida zetu wenyewe katika mambo yote? Sharti tumtegemee Roho Mtakatifu. Roho Mtakatifu, ambaye ndiye moyo wa Mungu, hutuelekeza kwenye kweli. Tunaweza kuishi tu kwa ajili ya utukufu wa Mungu ikiwa tutafanya kila kitu kwa mwongozo wa Roho Mtakatifu kama alivyosema mtume Paulo, "Basi, mlapo, au mnywapo, au mtendapo neno lo lote, fanyeni yote kwa utukufu wa Mungu." (1 Wakorntho 10:31).

Ili tuweze kufanya kama ilivyotajwa, lazima tutupilie mbali uovu kutoka mioyoni mwetu. Zaidi ya hayo, tukikuza upendo wa kweli katika mioyo yetu, hekima ya wema itatujia ili tuweza kutambua mapenzi ya Mungu katika kila hali. Kama ilivyotajwa hapo juu, nafsi zetu zikifanikiwa, mambo yote yatatuendea vizuri na tutakuwa na afya nema, ili tuweze kuwa waaminifu kwa

Mungu kikamilifu. Pia tutapendwa na majirani zetu na jamaa zetu.

Wanandoa wachanga wanapokuja kwangu niwaombee, wakati wote huwa ninawaombea kwamba kila mmoja amweke mwenzake mbele. Wakianza kujiweka mbele hao wenyewe, hawatakuwa na familia yenye amani.

Tunaweza kutafuta faida ya wale tunaowapenda au wale wanaoweza kutufaidisha. Lakini je, na wale wanaotusumbulia katika kila kitu na wakati wanajitafutia faida zao wenyewe? Na, je, wale wanaoleta madhara au kutufanya tupate hasara, au wale ambao hawawezi kutufaidisha kwa chochote? Je, tunapaswa kuwachukuliaje wale walio waongo na wanaoongea maneno maovu wakati wote?

Katika hali kama hizo, tukiwaepuka au ikiwa hatuko tayari kujitoa kwa ajili yao, inamaanisha bado tunatafuta faida zetu wenyewe. Sharti tuweze kujitoa sisi wenyewe na kutoa hata kwa wale watu walio na mawazo tofauti na yetu. Tukifanya hivyo ndipo tunaweza kuitwa watu wanaotoa upendo wa kiroho.

8. Upendo Hauoni Uchungu

Upendo huifanya mioyo ya wanadamu kuwa na mtazamo chanya. Kwa upande mwingine, hasira huufanya moyo wa mtu kuwa na mtazamo hasi. Hasira huumiza moyo na kuufanya ujae giza. Kwa hiyo, ukikasirika, huwezi kuendelea kukaa katika upendo wa Mungu. Mitego mikuu ambayo adui ibilisi na Shetani wametega mbele ya watoto wa Mungu ni chuki na hasira.

Kuchokozwa si kukasirika tu, kupiga kelele, kutukana, na kuleta fujo. Ikiwa uso wako utabadilika, ikiwa rangi ya uso wako itabadilika, na mtindo wako wa kuongea unapokuwa wa ghafla, basi hayo yote ni sehemu ya uchungu. Ingawa uzito wa hali hizo ni tofauti, bado mambo hayo ni dhihirisho la nje la chuki na hisia mbaya katika mioyo yetu. Lakini, kwa kumuona mtu alivyo kwa nje, hatupaswi kumhukumu na kuwahukumu wengine kwa kudhani kuwa wamekasirika. Si rahisi kwa mtu yeyote kuuelewa moyo wa mtu mwingine kwa usahihi.

Wakati mmoja Yesu alipindua meza za wale waliokuwa wakiuza vitu Hekaluni. Wale wauzaji walipanga meza na kubadilishana pesa au kuwauzia mifugo watu waliokuja katika Hekalu la Yerusalemu kusherehekea Pasaka. Yesu ni mpole; hagombani na mtu au kupiga kelele, na hakuna atakayesikia sauti yake barabarani. Lakini alipoona hali hii, hali yake ilibadilika na haikuwa ile ya kawaida.

Alitengeneza mjeledi kutokana na kamba na akawafukuza kondoo, ng'ombe, na sadaka nyinginezo. Alizipindua meza za wale waliokuwa wakibadilisha pesa na wale waliokuwa wakiuza njiwa. Wale watu waliokuwa karibu naye walipomuona Yesu akiwa katika hali hii, huenda walidhani amekasirika. Lakini wakati huu, si kwamba alikuwa amekasirika kwa sababu ya hisia mbaya kama vile chuki. Alikuwa ana ghadhabu ya kiungu tu. Kwa gadhabu yake ya kiungu, alitufanya tutambue kwamba uovu wa kulitia najisi Hekalu la Mungu hauwezi kukubalika. Aina hii ya ghadhabu ya kiungu ni matokeo ya upendo wa Mungu ambaye anakamilisha upendo kwa haki yake.

Tofauti kati ya Ghadhabu ya Kiungu na Hasira

Katika Marko sura ya 3, Yesu alimponya mtu ndai ya sinagogi siku ya Sabato. Mtu huyu alikuwa amepooza mkono. Watu walimtazama Yesu waone ikiwa angemponya yule mtu siku ya Sabato ili waweze kumshtaki kwamba ameivunja sheria ya Sabato. Kufikia wakati huu, Yesu aliijua mioyo ya watu na akawauliza akasema, "Ni halali siku ya sabato kutenda mema, au kutenda mabaya? Kuponya roho au kuiua?" (Marko 3:4)

Lengo lao lilifunuliwa, na wakakosa maneno ya ziada ya kuongea. Hasira ya Yesu ilikuwa imeilenga mioyo yao migumu.

Akawakazia macho pande zote kwa hasira, akiona huzuni kwa ajili ya ugumu wa mioyo yao, akamwambia yule mtu, Nyosha mkono wako." Naye akaunyosha; mkono wake ukawa mzima tena (Marko 3:5).

Wakati huo, watu waovu walijaribu tu kumhukumu Yesu na kumuua. Yesu alikuwa anafanya kazi nzuri tu. Kwa hiyo, wakati mwingine, Yesu alitumia maneno makali dhidi yao. Hii ilikuwa ni kufanya watambue na kuicha njia ya uharibifu. Vivyo hivyo, ghadhabu ya kiungu ya Yesu ilitokana na upendo wake. Gadhabu hii wakati mwingine iliwaamsha watu na ikawaletea uzima. Ni katika njia hii ambapo kuwa na uchungu na kuwa na ghadhabu ya kiungu ni mambo mawili tofauti. Wakati mtu anapokuwa ametakaswa tu na hana dhambi yoyote kamwe, kukemea kwake na kumkanya mtu huzipa nafsi uzima. Lakini pasipo utakaso wa moyo, mtu hawezi kuzaa matunda ya aina hii.

Kuna sababu kadhaa zinazowafanya watu wakasirike. Kwanza, ni kwa sababu mawazo ya watu wengine na yale matamanio yao ni tofauti. Kila mtu anatoka katika familia tofauti na ana kiwango tofauti cha elimu, kwa hiyo mioyo yao na mawazo yao, na vigezo vyao vya kuhukumu vinatofuatiana. Lakini wanajaribu kuwavuta wengine wakubali mawazo yao, na katika mchakato huo wanaanza kuwa na hisia kali.

Tuseme kwa mfano mume anapenda chakula chenye chumvi nyingi na mke wake hapendi. Mkewe anasema kusema, "Chumvi nyingi si nzuri kwa afya yako, na sharti utumie chumvi kidogo tu." Anatoa ushauri huu kwa ajili ya afya ya mumewe. Lakini ikiwa yule mume hataki ushauri huo, basi mkewe hafai kusisitiza ushauri huo. Sharti watafute njia ya wote wawili kuweza kuelewana. Wanaweza kujenga familia yenye furaha watakapojaribu kufanya hivyo pamoja.

Pili, mtu anaweze kukasirika wakati wengine hawamsikilizi. Ikiwa ana umri mkubwa zaidi au ana cheo kikubwa zaidi, basi atataka watu wengine wamtii. Bila shaka, ni sawa kuwaheshimu wakubwa na kuwatii wale walio kwenye nafasi za uongozi kulingana na vyeo vyao, lakini si sawa kwa watu hawa kulazimisha wale walio na madaraka madogo kuwatii vile vile.

Kuna visa ambapo mtu mwenye madaraka ya juu huwa hawasikizi wadogo zake kamwe lakini anataka tu wafuate maagizo yake bila masharti yoyote. Katika visa vingine watu hukasirika wanapopata hasara au kutotendewa haki. Zaidi ya hayo, mtu anaweza kukasirika watu wanapomchukia bila sababu, au wakati mambo hayatendwi kama alivyoagiza; au watu wanapomtukana au kumtusi.

Kabla watu hawajakasirika, tayari kuwa na hisia mbaya katika mioyo yao kwanza. Maneno au matendo ya wengine huchochea hisia kama hizo zao. Hatimaye hisia hiyo iliyochochewa hujidhihirisha kama hasira. Kwa kawaida, kuwa na hisia hii mbaya ndiyo hatua ya kwanza ya kuanza kukasirika. Hatuwezi kukaa katika upendo wa Mungu na huku ukuaji wetu wa kiroho unatatizwa tunapokasirika.

Hatuwezi kujibadilisha wenyewe kwa ukweli wakati tuna hisia mbaya, na hivyo tunapaswa kuondoa uchungu, na kutupilia mbali hasira. 1 Wakorintho 3:16 inasema, "Hamjui ya kuwa ninyi mmekuwa hekalu la Mungu, na ya kuwa Roho wa Mungu anakaa ndani yenu?"

Natutambue kwamba Roho Mtakatifu anaichukulia mioyo yetu kuwa hekalu na kwamba Mungu wakati wote anatuangalia, ili tusiweze kwa sababu mambo mengine yanahitilafiana na mawazo yetu wenyewe.

Hasira ya Mwanadamu Haitendi Haki ya Mungu

Kwa mfano, mtu kama Elisha, alipokea maradufu pumzi ya

mwalimu wake, yaani roho ya Eliya, na akatenda kazi nyingi zaidi za nguvu za Mungu. Alimpa mwanamke aliyekuwa tasa baraka ya kupata mimba; alimfufua mtu aliyekuwa amekufa, aliwaponya wenye ukoma, na kulishinda jeshi la adui. Alibadilisha maji yaliyokuwa hayanyweki na kuwa maji mazuri kwa kuyatia chumvi. Hata hivyo, aliugua na akafa, ambalo lilikuwa jambo lililokuwa nadra kwa nabii wa Mungu.

Je, sababu inaweza kuwa ipi? Ilikuwa wakati ule alipokuwa akielewa Betheli. Kundi la wavulana walitoka mjini na kumdhihaki, kwa kuwa hakuwa na nywele nyingi na umbo lako halikuwa la kupendeza. "Paa wewe mwenye upaa! Paa wewe mwenye upaa!" (2 Wafalme 2:23)

Hawakuwa wavulana wachache tu, bali walikuwa wengi sana. Walimfuata Elisha na kumdhihaki, naye akaudhika. Akawashauri na kuwakemea, lakini hawakumsikia. Walikuwa watundu sana na wakamfanya nabii kuwa na kipindi kigumu, na Elisha hakuweza kuvumilia hali hiyo.

Betheli ulikuwa kama kitovu cha kuabudu sanamu katika Israeli ya Kaskazini baada ya taifa kugawanyika. Wale wavulana wa eneo hilo lazima walikuwa na mioyo migumu kutokana na mazingira hayo ya kuabudu sanamu. Huenda walimziba njia, wakamtemea mate, au hata kumrushia mawe. Hatimaye Elisha aliwalaani. Wakatoka dubu wawili wa kike mwituni, wakawararua vijana arubaini na wawili miongoni mwao.

Bila shaka, walijiletea shida wenyewe kwa kumdhihaki mtu wa Mungu kupita kiasi, lakini hiyo inaonyesha Elisha alikuwa na hisia mbaya. Hivyo kuna sababu kwa nini alikupatwa na ugonjwa na akafa. Tunaweza kuona kwamba si sawa kwa watoto wa Mungu kuwa na uchungu. "Hasira ya Mwanadamu haitendi Haki ya Mungu" (Yakobo 1:20)

Cha Kufanya Ili Tusikasirishwe

Tunapaswa kufanya nini ili tusikasirike? Je, tunapaswa kuikandamiza hasira kwa kuwa na kiasi? Tunapoibonyeza springi kwa nguvu, huwa inapata nguvu na kufyatuka juu mara tu tunapouondoa mkono. Ndivyo ilivyo na kukasirika. Tukiikandamiza hasira, tunaweza kuepuka ugomvi wakati huo, lakini hatimaye italipuka punde si punde au baadaye. Kwa hiyo, ili tusiweze kukasirishwa, sharti tuondoe hisia ya hasira yenyewe. Sharti tusiikandamize tu lakini tubadilishe hasira yetu kuwa wema na upendo ili tusiwe na haja ya kukandamiza chochote.

Bila shaka hatuwezi, kutupilia mbali hisia mbaya kwa usiku mmoja na mahali pake kuwa na wema na upendo. Tunahitaji kujaribu kufanya hivyo siku hadi siku. Mara ya kwanza, katika mazingira yanayoweza kutukasirisha, tunapaswa kumwachia Mungu na tuwe na subira. Inasemekana kuwa utafiti wa Thomas Jefferson, aliyekuwa rais wa tatu wa Marekani, uliandika hivi, "Unapokasirika, hesabu hadi kumi ndipo uongee; na ikiwa umekasirika sana, hesabu mpaka mia." Mithali moja ya Kikorea inasema "kuwa na subira mara tatu kutasitisha mauaji."

Tunapokasirika, sharti tughairi na kufikiria kuhusu faida zinazotokana na hasira endapo tuandelea kukasirika. Kisha, hatutakuwa tumetenda chochote tunachoweza kujutia au chochote cha kuonea aibu. Kadri tunavyojaribu kuwa na subira kwa kuomba na kwa msaada wa Roho Mtakatifu, punde si punde tutatupilia mbali hisia ya uovu wa hasira yenyewe. Ikiwa mbeleni tulikasirika mara kumi, ile idadi itapungua hadi tisa na kisha nane na kuendelea. Baadaye, tutakuwa na amani tu hata katika mazingira yanayochochea hasira. Tutafurahi sana wakati huo!

Mithali 12:16 inasema, "Ghadhabu ya mpumbavu hujulikana mara; Bali mtu mwerevu husitiri aibu," na Mithali 19:11 inasema, "Busara ya mtu huiahirisha hasira yake; Nayo ni fahari yake kusamehe makosa."

Kwa Kiingereza neno hasira (Anger) limeachana na hatari (Danger) kwa herufi moja ya D. Tunaweza kutambua jinsi kukasirika kulivyo hatari. Mshindi wa mwisho atakuwa yule atakayevumilia. Watu wengine hujitahidi kuwa na kiasi wanapokuwa kanisani na hata katika mazingira yanayowafanya wakasirike, lakini wanakasirika upesi wanapokuwa nyumbani, shuleni, au kazini. Mungu hayuko kanisani pekee.

Anajua kuketi kwetu na kusimama kwetu, na kila neno tunalonena na kila wazo tunalowaza. Anaangalia kila mahali, na Roho Mtakatifu anakaa ndani ya mioyo yetu. Kwa hiyo, sharti tuishi kana kwamba tumesimama mbele za Mungu wakati wote.

Wanandoa fulani walikuwa wanagombana, na yule mume aliyekuwa akamfokea mkewe anyamaze. Alishangaa kuona kwamba hakuufungua mdomo wake tena kuongea hadi alipofariki dunia. Yule mume aliyemmwagia hasira mkewe aliteseka sana kama vile mkewe alivyoteseka sana. Kuwa na uchungu kunaweza kuwafanya watu wengi wakateseka, na sharti tujitahidi kuondoa kila aina ya hisia mbaya zote.

9. Upendo Hauhesabu Mabaya

Katika kuendesha huduma yangu nimechangamana na watu wa aina mbalimbali. Watu wengine hupata hisia za upendo wa Mungu kwa kumfikiria tu na kuanza kudondokwa na machozi ilhali wengine wana shida mioyoni mwao kwa sababu hawahisi upendo wa Mungu katika mioyo yao hata ingawa wanamwamini na kumpenda.

Kiwango kile tunachohisi upendo wa Mungu inategemea kiwango kile tulichotupilia mbali dhambi na uovu. Kiwango kile tunachoishi kwa neno la Mungu na kutupilia mbali uovu kutoka moyoni, ndivyo tunavyoweza kuhisi upendo wa Mungu katika kilindi cha mioyo yetu pasipo kukoma katika ukuaji wa imani yetu. Wakati mwingine huenda tukakumbana na mambo magumu katika safari yetu ya imani, lakini katika nyakati hizo sharti tukumbuke upendo wa Mungu anayetusubiri wakati wote. Alimradi tunaukumbuka upendo wake, hatutahesabu mabaya tuliyotendewa.

Kuhesabu Mabaya

Dr. Archibald D. Hart, mkuu wa kitivo cha Shule ya Saikolojia katika chuo cha Fuller Theological Seminary, aliandika kitabu kiitwacho Healing Life's Hidden Addictions. Katika kitabu hicho Dr Hart alisema kwamba mmoja wa kila vijana wanne nchini Marekani anakumbwa na mfadhaiko, na kwamba mfadhaiko, dawa za kulevya, ngono, intaneti, kunywa pombe, na kuvuta sigara kunaharibu maisha ya vijana.

Watu wenye uraibu mbaya wanapoacha kutumia dawa zinazobadilisha ufikirivu wao, hisia, na tabia zao, wanaweza kuachwa na stadi kidogo sana za kuwawezesha kuishi au kuishiwa na stadi hizo kabisa. Yule mtumiaji wa dawa za kulevya anaweza kugeukia tabia nyinginezo za uraibu mbaya zinazoweza kuvuruga kemia ya uvongo katika hala ya kukwepa hali halisia. Tabia hizi za uraibu mbaya zinaweza kujumuisha ngono, upendo na mahusiano (NUM). Kulingana ba Dr. Hart hawawezi kupata kutosheka kwa chochote, na hawawezi kuhisi neema na furaha inayotokana na mtu kuwa na uhusiano na Mungu, na hivyo wanaugua ugonjwa mbaya. Uraibu mbaya ni lile jaribio la kupata kutosheka kupitia vitu vingine mbali na neema na furaha inayotolewa na Mungu, na hayo ni matokeo ya kumpuuzilia mbali Mungu. Mtu aliyenaswa katika uraibu mbaya kimsingi wakati hufikiria kuhusu makosa aliyotendewa.

Sasa, makosa uliyotendewa ni yapi? Haya yanarejelea mambo yote maovu, ambayo ni kinyume na mapenzi ya Mungu. Kuwaza maovu kunaweza kugawanywa katika aina tatu.

Aina ya kwanza ni lile wazo kwamba unataka kitu kiwaendee vibaya wengine.

Kwa mfano, tuseme umegombana na mtu fulani. Kisha, umchukie sana mpaka ujisemee moyoni, "Naomba ajikwae na aanguke chini." Pia, natuseme kwa mfano huna uhusiano mzuri na jirani yako, na kisha kitu kibaya kikampata. Kisha, uanze kusema moyoni, "Afadhali hivyo!" au "Nilijua tu yangempata hayo!" Katika muktadha wa wanafunzi, mwanafunzi mmoja anaweza kutaka mwanafunzi mwenzake asipite mtihani.

Ikiwa una upendo wa kweli, hutafikiria mambo maovu kama hayo. Je, ungependa wapendwa wako waugue magonjwa au wapatwe na ajali? Wakati wote ungependa kumwona mkeo mpendwa au mumeo akiwa na afya njema na pasipo kupatwa na ajali yoyote. Kwa kuwa hatuna upendo miyoni mwetu, tunataka mambo yawaendee vibaya wengine, na tufurahie kule kukosa furaha kwa wengine.

Pia, tunataka makosa au udhaifu wa watu wengine na tuweze kuueneza kwa wengine ikiwa hatuna upendo. Tusema kwa mfano umeenda kwenye mkutano fulani, na hapo mtu aseme mambo mabaya kumhusu mtu mwingine. Ikiwa unapendelea mazungumzo kama hayo, basi, huna budi kuuchunguza moyo wako. Ikiwa mtu alikuwa anawasengenya wazazi wako, je, ungependa kuendelea kusikiliza masengenyo hayo? Utawaambia wanyamaze mara moja.

Bila shaka, kuna wakati ambapo unapaswa kujua hali za wengine kwa sababu unataka kuwasaidia watu hao. Lakini ikiwa si hivyo na ikiwa bado unataka kusikia hayo mambo mabaya yanayowahusu wengine, itakuwa ni kwa sababu una shauku ya kusengenya na kuwasema wengine. "Afunikaye kosa hutafuta kupendwa; Bali yeye afichuaye siri hutenga rafiki" (Mithali 17:9)

Wale walio wazuri na wenye upendo mioyoni mwao watajaribu kufunika makosa ya wengine. Pia, ikiwa tuna upendo wa kiroho, hatukuwa na wivu au kuwaonea kijicho wengine wakati wanapokuwa na uwezo wa kiuchumi kuliko sisi. Tungependa tu waendeleaa kuwa na uwezo huo kiuchumi na wapendwe na wengine. Bwana Yesu alituambia tuwapende hata maadui zetu. Warum 12:14 pia inasema, "Wabarikini wanaowaudhi; barikini, wala msilaani."

Dhana ya pili ya mawazo maovu ni mawazo ya kuwahukumu na kuwatia hatiani wengine.

Kwa mfano, tuseme umemuona muumini mwingine anaenda mahali pasipofaa waamini kwenda. Basi, unatawaza nini utakapoona hayo? Unaweza kumchukulia kuwa mtu mbaya kufikia kiwango cha kuwa na mawazo maovu, yasemayo, "Anawezaje kufanya jambo lile?" Au, ikiwa una wema kiasi huenda ukashangaa na kujiuliza, "Mbona ameenda mahali kama pale?', lakini hapo, utabadilisha mawazo yako na kujisemea moyoni lazima ana sababu ya kufanya hivyo.

Lakini ikiwa una upendo wa kiroho moyoni, kwanza kabisa hutakuwa na mawazo yoyote maovu. Hata ukisikia kitu kisichokuwa kizuri, hutamhukumu au kumtia hatiani huyo mtu mpaka utakapothibitisha ukweli wa madai hayo. Mara nyingi, wazazi wanaposikia mambo mabaya kuwahusu watoto wao, huwa wanafanya nini? Hawakubali kwa urahisi badala yake wanasasitiza kuwa watoto wao hawawezi kufanya mambo kama hayo. Wanaweza kudhani yule mtu anayewaambia hayo ni mtu mbaya. Katika njia hiyo hiyo, ikiwa kweli unampenda mtu, utajaribu kumwazia mazuri kwa njia nzuri iwezekanavyo.

Lakini leo, tunakuta kwamba watu wanawawazia mabaya wengine na kusema mabaya juu yao kwa urahisi. Haya hayafanyiki tu katika mahusiano ya kibinafsi, lakini pia wanawakosoa wale walio katika nyadhifa za umma au kitaifa.

Hawajaribu hata kuiona picha kamili ili kuelewa nini haswa kilitokea, badala yake wanaeneza uvumi usikuwa na msingi. Watu wengine hata hujinyonga kutokana na kutukanwa kwenye Intaneti. Wanawahukumu na kuwatia hatiani wengine kwa kutumia vigezo vyao na si Neno la Mungu. Lakini mapenzi mema ya Mungu ni yapi?

Yakobo 4:12 inatuonya, "Mtoa sheria na mwenye kuhukumu ni mmoja tu, ndiye awezaye kuokoa na kuangamiza. U nani wewe umhukumuye mtu mwingine?"

Mungu pekee ndiye anayeweza kuhukumu. Yaani, Mungu anatuambia kwamba ni makosa kumhukumu jirani yetu. Tuseme kwa mfano mtu amefanya makosa kweli. Katika hali hiyo, wale wenye upendo wa kiroho si muhimu ikiwa mtu huyo amekosea katika yale aliyotenda au la. Wangefikiria kuhusu kile ambacho ni cha faida kwa mtu huyo. Wanapenda tu nafsi ya mtu huyo iweze kustawi na vile vile apendwe na Mungu.

Zaidi ya hayo, upendo mkamilifu si tu kuyafunika makosa, bali pia kumsaidia huyo mtu mwingine aweze kutubu. Pia sharti tuweze kufundisha ukweli na kuugusa moyo wa mtu huyo ili aweze kuifuata njia ya sawa na ayabadilishe maisha yake. Ikiwa tuna upendo wa kiroho ulio mkamilifu, hatuna haja ya kumwangalia mtu huyo kwa wema. Kwa kawaida tutampenda hata mtu mwenye makosa mengi. Tungetaka tu kumwamini na kuweza kumsaidia. Ikiwa hatuna mawazo yoyote ya kuwahukumu au kuwatia hatiani wengine, tutamfurahia kila mtu tutakayekutana naye.

Dhana ya tatu ni yale mawazo yote ambayo hayakubaliani na mapenzi ya Mungu.

Si tu kuwa na mawazo maovu dhidi ya wengine lakini pia kuwa na wazo lolote ambalo haliendani na mapenzi ya Mungu ni wazo ovu. Katika ulimwengu, watu wanaoishi kwa vigezo vya maadili na kulingana na dhamira zao husemekana kuwa wanaishi katika wema.

Lakini maadili au dhamira haviwezi kuwa vigezo pekee vya wema. Maadili na dhamira ni vitu vinavyokinzana au vilivyo kinyume na Neno la Mungu. Neno la Mungu pekee ndilo linaloweza kuwa kigezo pekee cha wema.

Wale wanaompokea Bwana hukiri kuwa ni wenye dhambi. Watu huenda wakajivunia kwamba wanaishi maisha mazuri na yenye maadili mema, lakini bado ni waovu na bado ni wenye dhambi kulingana na Neno la Mungu. Hii ni kwa sababu chochote ambacho hakilingani na Neno la Mungu ni kiovu na ni dhambi, na Neno la Mungu ndicho kigezo pekee cha wema (1Yohana 3:4).

Basi, kuna tofauti gani kati ya dhambi na uovu? Katika maana pana, dhambi na uovu yote ni mambo ya uwongo na yaliyo kinyume cha ukweli, yaani Neno la Mungu. Dhambi na uovu ni giza, ambalo linapingana na Mungu ambaye ni Nuru.

Lakini katika kwenda ndani zaidi, ni kwamba dhambi na uovu vinatofautiana sana. Ukilinganisha haya maneno mawili na mti, tunaweza kusema, 'uovu' ni kama mzizi ulio chini mchangani na hauonekani, na 'dhambi' ni kama matawi, majani, na matunda.

Pasipo mizizi, mti hauwezi kuwa na matawi, majani, au mimea. Vivyo hivyo, dhambi hutendwa kutokana na uovu. Uovu ni asili iliyo katika moyo wa mtu. Ndiyo asili ambayo inapingana na wema, upendo, na ukweli wa Mungu. Uovu huu unapodhihirishwa katika umbo maalum, huitwa dhambi.

Yesu alisema, "Mtu mwema katika hazina njema ya moyo wake hutoa yaliyo mema, na mtu mwovu katika hazina mbovu ya moyo wake hutoa yaliyo maovu; kwa kuwa mtu, kinywa chake hunena yale yaujazayo moyo wake" (Luka 6:45).

Tuchukulie kwa mfano mtu anasema kitu kinachomuumiza mtu mwingine anayemchukia. Huu ni wakati ambapo uovu ulio katika moyo wake hudhihirishwa kama 'chuki' na 'maneno maovu', ambazo ni dhambi maalum. Dhambi hutekelezwa na kutambuliwa kipekee kulingana na kigezo kinachoitwa Neno la Mungu, ambayo ndiyo amri.

Pasipo sheria hakuna anayeweza kumwadhibu yeyote kwa sababu hakuna kigezo katika utambuzi na uamuzi. Vivyo hivyo, dhambi hufunuliwa kwa kuwa i kinyume cha kigezo cha Neno la Mungu. Dhambi inaweza kugawanywa katika makundi mawili, mambo ya mwili na kazi za mwili. Mambo ya mwili ni dhambi zinazotendwa moyoni na katika mawazo kama vile mawazo ya chuki, husuda, wivu, uzinzi ilhali kazi za mwili ni zile dhambi zinazotendwa katika matendo kama vile kugombana, kulikupa kwa hasira, au kuua.

Kwa kiasi ni sawa na dhambi au uhalifu wa ulimwngu huu jinsi ulivyogawanywa katika dhambi mbalimbali. Kwa mfano, kutegemea dhambi imetendewa nani, inaweza kuwa dhidi ya taifa, jamii ya watu, au hata mtu binafsi.

Lakini hata ingawa mtu ana uovu katika moyo wake, si kwamba bila shaka atatenda dhambi. Akisikiliza Neno la Mungu na akiwa na kiasi, anaweza kuepuka kutenda dhambi hata ingawa ana ouvu katika moyo wake. Kufikia hatua hii, anaweza kuridhika akidhani kwamba tayari amekamilisha utakaso kwa sababu tu hatendi dhambi zinazoonekana kwa nje.

Ili tuweze kutakaswa kabisa, hata hivyo, lazima tuondoe uovu ambao u katika asili yetu, ambayo i katika kilindi cha mioyo yetu.

Ndani ya asili ya mtu mna uovu aliourithi kutoka kwa wazazi wake. Kwa kawaida haufunuliwi katika hali za kawaida lakini unajitokeza katika hali kali zaidi.

Kuna msemo wa Kikorea unaosema, "Kila mtu ataruka sing'enge ya jirani yake ikiwa atanyimwa chakula kwa siku tatu." Ni sawa na kusema, "Mahitaji hafuati sheria yoyote." Hadi tutakapotakaswa kabisa, uovu uliokuwa umefichwa ndani yetu unaweza kufunuliwa katika hali kali zaidi.

Mavi ya nzi ni mavi tu, hata ingawa ni kidogo kiasi gani. Vivyo hivyo, hata ingawa si dhambi, mambo yote ambayo si kamili mbele za Mungu aliye mkamilifu ni aina ya uovu vilevile. Ndiyo maana 1 Wathesalonike 5:22 inasema, "...jitengeni na ubaya wa kila namna."

Mungu ni pendo. Kimsingi, amri za Mungu zinaweza kujumuishwa pamoja katika 'upendo'. Yaani, kutopenda ni uovu na kuasi sheria. Kwa hiyo, ili uweze kuchunguza ikiwa tunahesabu mabaya, tunaweza kufikiria kuhusu kiwango cha upendo kilicho ndani yetu. Hatutahesabu mabaya kulingana na kiwango kile ambacho tunampenda Mungu na kuwapenda watu wengine.

Na hii ndiyo amri yake, kwamba tuliamini jina la Mwana wake Yesu Kristo, na kupendana sisi kwa sisi, kama alivyotupa amri (1 Yohana 3:23).

"Pendo halimfanyii jirani neno baya; basi pendo ndilo utimilifu wa sheria (Warumi 13:10)

Kutohesabu Mabaya

Kutohesabu mabaya tuliyotendewa, zaidi ya yote, lazima tusione au hata kusikia mambo maovu. Hata ikiwa tutaona na kusikia, sharti tusijaribu kukumbuka au kufikiria mabaya hayo tena. Sharti tusijaribu kukumba makosa tuliyotendewa. Bila shaka, wakati mwingine huenda tukashindwa kudhibiti mawazo yetu wenyewe. Wazo fulani linaweza kujitokeza kwa nguvu zaidi kadri tunavyojaribu kujizuia tusiliwaze. Lakini kadri tunavyoendelea kujaribu kutowaza mawazo maovu kwa maombi, Roho Mtakatifu atatusaidia. Sharti tusikusudie kuona, kusikia, au kuwaza mambo maovu, na zaidi ya hayo, sharti tutupilie mbali hata yale mawazo ambayo hutujia akilini mwetu kwa haraka.

Pia sharti tusihusike katika kazi yoyote ovu. 2 Yohana 1:10-11 inasema, "Mtu akija kwenu, naye haleti mafundisho hayo, msimkaribishe nyumbani mwenu, wala msimpe salamu. 11Maana yeye ampaye salamu azishiriki kazi zake mbovu." Ni kwamba Mungu anatushauri tuepuke uovu na tusiukubali.

Wanadamu hurithi asili za dhambi kutoka kwa wazazi wao. Watu wanapoishi katika ulimwengu huu, watu hutagusana na uwongo mwingi sana. Mtu hujenga hulka yake binafsi kutokana au 'uenyewe' kwa misingi ya asili ya dhambi na uwongo. Maisha ya Kikristo ni kutupilia mbali hizi asili za dhambi na uwongo kuanzia wakati ule tunapompokea Bwana. Ili tuweze kutupilia mbali asili hii ya dhambi na uwongo, tunahitaji subira na juhudi nyingi. Tunafahamu zaidi uwongo kuliko ukweli kwa sababu tunaishi hapa duniani. Ni rahisi zaidi kuukubali uwongo na kuuingiza ndani yetu kuliko kuutupilia mbali. Kwa mfano, ni rahisi kulitia rinda jeupe doa kwa wino mweusi, lakini ni vigumu sana kuondoa doa hilo na kulifanya rinda liwe jeupe kama awali.

Pia, hata ingawa unaonekana kuwa uovu mdogo tu, unaweza kukua na kuwa uovu mkubwa kwa muda mfupi. Kama Wagalatia 5:9 inavyosema, "Chachu kidogo huchachua donge zima," uovu mdogo unaweza kuenea haraka kwa watu wengi. Kwa hiyo, sharti tuwe waangalifu hata juu ya uovu mdogo tu. Ili tuweze kutofikiria uovu, sharti tuuchukie kwanza bila kuwaza mara mbili juu yake. Mungu anatuamrisha kwa kusema, "Enyi mmpendao BWANA, uchukieni uovu" (Zaburi 97:10), na anatufundisha kwamba, "Kumcha BWANA ni kuchukia uovu" (Mithali 8:13).

Ikuwa umpenda mtu kwa dhati, utapenda kile mtu huyo anachopenda na utachukia kile mtu huyo anachochukia. Huna haja ya kuwa na sababu ya kufanya hivyo. Watoto wa Mungu waliompokea Roho Mtakatifu wanapotenda dhambi, Roho Mtakatifu aliye ndani yake huhuzunika. Kwa hiyo, katika mioyo yao wana hisia ya mateso. Kisha hutambua kwamba Mungu anachukua hayo maovu waliyotenda, na hujaribu kutotenda dhambi tena. Ni muhimu kujaribu kutupilia mbali hata kiwango kidogo kabisa cha uovu na kutoukubali uovu tena.

Tumia Neno la Mungu na Maombi

Uovu ni kitu kisichokuwa na maana kamwe. Mithali 22:8 inasema, "Yeye apandaye uovu atavuna msiba." Magonjwa huenda yakatukumba au watoto wetu au sisi wenyewe tunaweza kupata ajali. Tunaweza kuishi kwa huzuni kutokana na umaskini na matatizo ya kifamilia. Matatizo haya yote, hutokana na uovu.

Msidanganyike, Mungu hadhihakiwi; kwa kuwa chochote

apandacho mtu, ndicho atakachovuna (Wagalatia 6:7).

Bila shaka, matatizo huenda yasije mara moja machoni mwetu. Katika hali hii, uovu unaporundika kufikiwa kiwango fulani, huenda ukasababisha matatizo yatakayowaathiri watoto wetu baadaye. Watu wa ulimwengu wanatenda maovu mengi katika njia mbalimbai kwa sababu hawaelewi sheria hii.

Kwa mfano, wanaona ni jambo la kawaida kuwalipiza wale waliowatenda mabaya. Lakini Mithali 20:22 inasema, "Usiseme, Mimi nitalipa mabaya; Mngojee BWANA, naye atakuokoa."

Mungu anadhibiti maisha, mauti, bahati na kisirani cha mwanadamu kulingana na haki yake. Kwa hiyo, tukitenda mema kulingana na Neno la Mungu, bila shaka tutavuna matunda ya wema. Ni kama ilivyoahidiwa katika Kutoka 20:6, Biblia inasema, "...nami nawarehemu maelfu wanipendao, na kuzishika amri zangu."

Ili tuweze kujitenga na uovu, lazima tuuchukie uovu. Na zaidi ya hayo, sharti tuwe na vitu viwili kwa wingi wakati wote. Vitu hivyo ni Neno la Mungu na maombi. Tunalitafakari Neno la Mungu usiku na mchana, tunaweze kuondoa mawazo maovu na kuwa na mawazo mazuri na ya kiroho. Tunaweza kuelewa tendo la upendo wa kweli ni tendo la aina gani.

Pia, tunapoomba, tunatafakari Neno hata kwa undani zaidi, ili tuweze kutambua uovu ulio katika maneno na matendo yetu. Tunapoomba kwa bidii kwa msaada wa Roho Mtakatifu, tunaweza kutawala pepo na kuwatoa kutoka mioyoni mwetu. Natutupilie mbali uovu kwa haraka kwa kutumia Neno la Mungu na maombi ili tuweze maisha yaliyojaa furaha.

10. Upendo Haufurahii Udhalimu

Kadri jamii ilivyoendelea, ndivyo zaidi itakavyotoa fursa ya watu kuendelea. Kinyume chake, nchi ambazo hazijaendelea hukumbwa na ufisadi zaidi, na takriban kila kitu kinaweza kupatikana kwa pesa au kutendwa kwa pesa. Ufisadi unaitwa ugonjwa wa mataifa, kwa sababu unahusiana na ufanisi wa taifa. Ufisadi na udhalimu pia huathiri maisha ya watu binafsi kwa kiwango kikubwa sana. Watu wabinafsi hawawezi kupata kutosheka kuliko kwa kweli kwa maana wanajifikiria tu wao wenyewe na hawawezi kuwapenda wengine.

Kutofurahia udhalimu na kutohesabu mabaya uliyotendwa ni vitu viwili vinavyofanana sana. 'Kutohesabu mabaya' ni kule kutokuwa na aina yoyote ya uovu wowote katika moyo wako. 'Kutofurahia udhalimu' ni kule kutopendezwa na tabia za aibu au mbaya, matendo na hulka isiyofaa, na vile vile kutojihusisha na mambo hayo.

Tuseme kwa mfano unamuonea wivu rafiki yako ambaye ana mali nyingi. Pia humpendi kwa sababu inaonekana wakati wote anajigamba kwa sababu ya utajiri wake. Vile vile unasema hivi moyoni, 'Huyu ni tajiri sana, na mimi je? Natumai atafilisika.' Huku ni kuwaza mambo maovu. Lakini siku moja, mtu alimhadaa na akapoteza pesa nyingi, kampuni yake ikafilisika kwa siku moja. Hapa, ukifurahia jambo hili na kujisemea, 'Alikuwa anajidai ni tajiri, ni vizuri kwamba amefilisika!' basi huku ni kufurahia au kupendezwa na udhalimu. Zaidi ya hayo, ukihusika katika kazi ya aina hii, basi kufanya hivyo ni kufurahia udhalimu.

Kuna udhalimu kwa jumla, udhalimu ambao hata wale

wasioamini pia wanafikiri ni udhalimu. Kwa mfano, watu wengine hujikusanyia utajiri wao kwa njia zisizokuwa halali kwa kudanganya au kuwatisha wengine kwa nguvu. Mtu anaweza kuvunja maagizo au sheria ya nchi na kupokea kitu fulani kwa ajili ya faida yake binafsi. Ikiwa hakimu atatoa hukumu ya kidhalimu baada ya kupokea hongo, na mtu asiye na hatia aadhibiwe, jambo hili ni udhalimu machoni mwa kila mtu. Huko ni kutumia mamlaka yake vibaya kama hakimu.

Mtu anapouza kitu, huenda akadanganya kwa kupunguza ukubwa au ubora wa bidhaa anayouza. Anaweza kutumia mali ghafi za rahisi na zisizokuwa bora ili apate faida kubwa. Watu kama hao hawawafikirii wengine lakini wanaangalia faida zao za muda mfupi. Wanajua lile jema wanalopaswa kufanya, lakini hawasiti kuwaibia wengine kwa sababu wanafurahia pesa za udhalimu. Kusema kweli kuna watu wengi wanaowaibia wengine ili wapate faida ya kidhalimu. Je, sisi? Je, tunaweza kusema tu safi?

Kwa mfano kitu kama hiki kinachofuata kitokee. Wewe ni mfanyakazi wa umma, na kisha ukatambua mmoja wa marafiki zako wa karibu anapata pesa nyingi kwa njia isiyokuwa halali katika biashara fulani. Endapo atashikwa, ataadhibiwa vikali, na huyu rafiki yako anakupa pesa nyingi ili unyamaze na usiseme kitu kwa muda. Kisha anasema baadaye hata atazionegza ziwe pesa nyingi zaidi. Wakati huo familia yako inakumbwa na jambo la dharura na unahitaji pesa nyingi sana. Sasa, ungefanya nini hapo?

Hebu natuangalie mfano mwingine. Tuseme siku moja umeenda kuangalia salio la pesa kwenye akaunti yako na ukakuta ina pesa nyingi zaidi kushinda zile ulizotarajia. Kisha unagundua kwamba zile hela ambazo zilifaa kulipwa kama ushuru hazikukatwa. Je, katika hali kama hii wewe ungefanyaje? Je, ungefurahi kwa kufikiria kwamba ni makosa yao na wala si wajibu wako?

2 Mambo ya Nyakati 19:7 inasema, "Basi sasa hofu ya BWANA na iwe juu yenu; aiweni waangalifu katika jambo mtendalo, kwa maana kwa BWANA, Mungu wetu hakuna upotoshaji wala kupendelea nafsi za watu au kupokea rushwa." Mungu ni mwenye haki; si mdhalimu kamwe. Watu wanaweza kushindwa kutuona, lakini hatuwezi kumdanganya Mungu. Kwa hiyo, hata kwa hofu ya Mungu tu, sharti tuenende katika njia ya sawa kwa uaminifu.

Hebu fikiria kisa cha Abrahamu. Wakati mpwa wake alipotekwa nyara katika vita huko Sodoma, Abrahamu aliweza kumrudisha mpwa wake, watu waliokuwa wametekwa nyara pamoja na mali zao. Mfalme wa Sodoma alitaka kuonyesha shukrani zake kwa kumrudishia Abrahamu baadhi ya vitu alivyovirudisha kwa mfalme, lakini Abrahamu hakukubali.

Abramu akamwambia mfalme wa Sodoma, Nimeinua mkono wangu kwa BWANA, Mungu Aliye Juu sana, Muumba mbingu na nchi, ya kuwa sitatwaa uzi wala gidamu ya kiatu wala chochote kilicho chako, usije ukasema, Nimemtajirisha Abramu" (Mwanzo 14: 22-23).

Mke wake Sara alipofariki, yule mwenye shamba alimpa Abrahamu shamba hilo ili amzike mkewe, lakini akakataa. Alilipa ile bei aliyofaa kulipa. Alifanya hivyo ili kusiweko na mgogoro wowote kuhusu shamba hilo katika siku za usoni. Alifanya vile alivyofanya kwa sababu alikuwa mtu mwaminifu; hakutaka kupokea faida yoyote ambayo hakupaswa kuipata au faida ya kidhalimu. Kama alitaka pesa basi angekuwa amefanya kile ambacho kingemfaidisha yeye.

Wale wanaompenda Mungu wanapendwa na Mungu na hawatamdhuru yeyote au kutafuta faida yao wenyewe na kuivunja sheria ya nchi. Hawatarajii chochote zaidi ya kile wanachofaa kupata kupitia kazi yao waliyoifanya kwa uaminifu. Wale wanaofurahia udhalimu hawampendi Mungu au hawawapendi majirani zao.

Udhalimu machoni mwa Mungu

Udhalimu katika Bwana ni tofauti kidogo na udhalimu katika muktadha wa kawaida. Ni kuvunja sheria tu na kuwaletea madhara wengine, lakini dhambi yoyote na kila dhambi i kinyume cha Neno la Mungu. Uovu ulio moyoni unapojitokeza kwa njia maalum, ni dhambi, na huo ni udhalimu. Miongoni mwa dhambi nyingi, udhalimu hasa unarejelea kazi za mwili.

Yaani, chuki, husuda, wivu, na maovu mengine moyoni hutekelezwa kwa matendo kama vile magombano, ugomvi, fujo, udanganyifu, au kuua. Biblia inatuambia kwamba tukifanya udhalimu, itakuwa vigumu hata kuokolewa.

1 Wakorintho 6:9-10 inasema, "Au hamjui ya kuwa wadhalimu hawatarithi ufalme wa Mungu? Msidanganyike; waasherati hawatarithi ufalme wa Mungu, wala waabudu sanamu, wala wazinzi, wala wafiraji, wala walawiti, wala wezi, wala watamanio, wala walevi, wala watukanaji, wala wanyang'anyi."

Akani ni mmoja wa watu waliopenda udhalimu ambao

matokeo yake yalikuwa kuangamizwa. Alikuwa mtu wa kizazi cha pili cha Kutoka na tangu utotoni mwake aliona na kusikia kuhusu mambo ambayo Mungu aliwafanyia watu wake. Alishuhudia nguzo ya wingu mchana na nguzo ya moto iliyowaongoza wakati wa usiku. Alishuhudia Mto Yordani uliokuwa unafurika, ukiacha kutirika na mji wa Yeriko uliozungushiwa ngome ukianguka baada ya muda mfupi. Pia alifahamu vizuri sana habari za amri ya Yoshua kwamba ilikuwa marufuku kwa mtu yeyote kubeba kitu chochote kilichokuwa katika mji wa Yeriko, kwa kuwa vitu vilikuwa vitolewe kwa Mungu.

Lakini punde alipoona vile vilivyokuwa katika mji wa Yeriko, alirukwa na akili kwa sababu ya ulafi wake. Baada ya maisha ya uhaba kwa muda mrefu jangwani, aliviona vile vitu vya mji huo ni vizuri sana. Mara tu alipoona kanzu nzuri na vipande vya dhahabu na fedha, alilisahau Neno la Mungu na lile agizo la Yoshua na badala yake akavificha vile vitu.

Kutokana na dhambi hii ya Akani, kwa kuiasi amri ya Mungu, Waisraeli waliumizwa sana katika vita vilivyofuata. Kupitia hasara waliyopata wale Waisraeli, udhalimu wa Akani uliweza kufunuliwa, na akapigwa mawe yeye pamoja na familia yake hadi wakafa. Yale mawe yalirundikana na hapo mahali pakaitwa Bonde la Akori.

Pia, tazama Hesabu sura ya 22-24. Balaamu alikuwa ni mtu aliyeweza kuwasiliana na Mungu. Siku moja, Balaki, mfalme wa Moabu alimuomba awalaani wale Waisraeli. Kwa hiyo Mungu akamwambia, Balaamu, "Usiende pamoja nao; wala usiwalaani watu hawa, maana wamebarikiwa" (Hesabu 22:12).

Baada ya kulisikia Neno la Mungu Balaamu alikataa kuitikia

ombi la mfalme wa Moabu. Lakini mfalme alipomtumia dhahabu na fedha na hazina nyingine nyingi, akili yake ilitingishika. Mwishowe, macho yake yakapofushwa na ile hazina, na akamfundisha yule mfalme awawekee mtego wale wana wa Israeli. Je, matokeo yalikuwa yapi? Wana wa Israeli walikula kile chakula kilichotolewa kama sadaka kwa sanamu na wakazini hivyo wakajiletea mateso makubwa, na hatimaye Balaamu akauawa kwa upanga. Hayo yalikuwa matokeo ya kupenda faidha za kidhalimu.

Udhalimu una uhusiano wa moja wka moja na wokovu machoni mwa Mungu. Je, tunapaswa kufanya nini tunapowaona ndugu zetu katika imani wakitenda udhalimu kama watu wa ulimwengu huu wasioamini? Bila shaka sharti tuwahuzunikie, tuwaombee, na kuwasaidia kuishi kulingana na Neno la Mungu. Lakini waamini wengine huwaonea wivu hao watu na kujisemea, 'Mimi pia kama hao nataka kuishi maisha ya Kikristo ya rahisi na yanayopendeza zaidi zaidi.' Zaidi ya hayo, ukihusika pamoja nao, hatuwezi kusema unampenda Bwana.

Yesu, huku akiwa hana hatia, alikufa ili atulete kwa Mungu tuliokuwa si wenye haki (1 Petro 3:18). Kadri tunavyoutambua upendo wa Bwana, sharti tusifurahie udhalimu. Wale ambao hawafurahii udhalimu hawaepuki tu kutenda udhalimu, lakini wanaishi kwa Neno la Mungu. Kisha wanaweza kuwa marafiki wa Bwana na kuishi maisha ya ufanisi (Yohana 15:14).

11. Upendo Hufurahi Pamoja na Ukweli

Mmoja wa wale wanafunzi kumi na wawili wa Yesu aliyeitwa Yohana aliokolewa kutokana na kuuawa kwa sababu ya imani yake na akaishi hadi alipofariki kwa uzee. Muda huo wote alikuwa akihubiri injili ya Yesu Kristo na mapenzi ya Mungu kwa watu wengi. Moja ya mambo aliyoyafurahia katika miaka yake ya mwisho lilikuwa ni kusikia kwamba waamini walikuwa wanajaribu kuishi kwa kulitii Neno la Mungu, yaani ukweli.

Alisema, "Maana nilifurahi mno walipokuja ndugu na kuishuhudia kweli yako, kama uendavyo katika kweli. Sina furaha iliyo kuu kuliko hii, kusikia ya kwamba watoto wangu wanakwenda katika kweli" (2 Yohana 1:3-4).

Tunaweza kuona kiwango cha furaha aliyokuwa nayo kutokana na kauli hii, 'Nilifurahi'. Alikuwa mwepesi wa hasira hata akaitwa mwana wa radi wakati alipokuwa mdogo, lakini baada ya kubadilika, aliitwa mtume wa upendo.

Ikiwa tunampenda Mungu, hatutatenda udhalimu, zaidi ya hayo, tutatenda mambo yaliyo ya kweli. Pia tutafurahia pamoja na ukweli. Ukweli unarejelea Yesu Kristo, injili na vitabu vyote 66 vya Biblia. Wale wanaompenda Mungu na wanaopendwa na Mungu bila shaka watafurahi pamoja na Yesu Kristo na pamoja na injili. Hufurahi wakati ufalme wa Mungu umepanuliwa. Basi nini maana ya kufurahi pamoja na ukweli?

Kwanza, ni kufurahi pamoja na 'injili'.

'Injili' ni habari njema kwamba tumeokolewa kupitia Yesu

Kristo na tunaenda kwenye ufalme wa mbinguni. Watu wengi hutafuta ukweli kwa kuuliza maswali kama, 'Lengo la maisha ni nini?' Je, maisha yana thamani gani?' Ili waweze kupata majibu ya maswali haya, huwa wanachunguza mawazo na filosifia, au wanajaribu kupata majibu kupitia dini mbalimbali. Lakini ukweli ni Yesu Kristo, na hakuna mtu anayeweza kwenda Mbinguni bila Yesu Kristo. Ndiposa Yesu alisema, "Mimi ndimi njia, na kweli, na uzima; mtu haji kwa Baba, ila kwa njia ya mimi" (Yohana 14:6).

Tulipokea wokovu na kupata uzima wa milele kwa kumpokea Yesu Kristo. Tumesamehewa dhambi zetu kupitia damu ya Bwana na tunaondolewa kutoka Jehanamu hadi Mbinguni. Sasa tunaelewa maana ya maisha na tunaishi maisha yenye thamani. Kwa hiyo, ni kitu cha kawaida kwamba tunafurahi pamoja na injili. Wale wanaofurahi pamoja na injili vile vile wataipeleka kwa wengine kwa bidii. Watatimiza majukumu waliyopewa na Mungu na kufanya kazi kwa uaminifu kueneza injili. Pia, wanafurahi wakati nafsi zao zinaposikia injili na kupokea wokovu kwa kumpokea Bwana. Hufurahi wakati ufalme wa Mungu umepanuliwa, "[Mungu] ambaye hutaka watu wote waokolewe, na kupata kujua yaliyo kweli." (Timotheo 2:4)

Hata hivyo, kuna waamini wengine, wanaowaonea wivu wengine wanapowahubiria watu wengi injili na kuzaa matunda. Makanisa mengine yanaonea wivu makanisa mengine wakati makanisa hayo yanapokua na kumpa Mungu utukufu. Huku si kufurahi pamoja na ukweli. Ikiwa tuna upendo wa kiroho mioyoni mwetu, tutafurahi tutakapoona ufalme wa Mungu unakamilishwa kwa kiasi kikubwa. Tutafurahi pamoja tutakapoona kanisa linakua na kupendwa na Mungu. Huko ni kufurahi pamoja na ukweli, ambako ni kufurahi pamoja na injili.

Pili, kufurahi pamoja na ukweli kunamaanisha kufurahi pamoja na kila kitu kilicho cha ukweli.

Ni kufurahi kwa kuona, kusikia, na kutenda mambo yaliyo ya ukweli, kama vile utu wema, upendo, na haki. Wale wanaofurahi pamoja na ukweli huguswa na kulia machozi wanaposikia hata matendo mema madogo. Wanakiri kwamba Neno la Mungu ndilo ukweli na ni tamu kuliko asali ya nyuki. Kwa hiyo, wanafurahi kusikiliza mahubiri na kusoma Biblia. Zaidi ya hayo, wanafurahi kwa kulifanyia kazi Neno la Mungu. Wanalitii Neno la Mungu kwa furaha, neno linalotuambia 'tutumike, tuelewe, na tusamehe' hata wale wanatufanya tupitie wakati mgumu.

Daudi alimpenda Mungu na alitaka kujenga Hekalu la Mungu. Lakini Mungu hakumruhusu. Sababu imenakiliwa katika 1 Nyakati 28:3 "Lakini Mungu akaniambia, Wewe hutajenga nyumba kwa ajili ya jina langu, kwa sababu umekuwa mtu wa vita, nawe umemwaga damu." Ilikuwa lazima Daudi amwage damu kwa kuwa alihusika katika vita vingi, na bado machoni pa Mungu Daudi alionekana hafai kufanya kazi hiyo.

Daudi hangeweza kujenga Hekalu yeye mwenyewe lakini alikusanya pamoja vifaa vyote ili mwanawe Sulemani alijenge hilo Hekalu. Daudi aliandaa vifaa kwa nguvu zake zote, na kufanya hivyo kulimfanya afurahi sana. "Ndipo hao watu wakafurahi, kwa sababu wametoa kwa hiari yao wenyewe, kwa moyo wao wote, kwa hiari yao wenyewe, wamemtolea BWANA; mfalme Daudi naye akafurahi sana" (1 Mambo ya Nyakati 29:9).

Vivyo hivyo, wale wanaofurahi pamoja na ukweli watafurahi

wakati watu wengine wanapotajirika. Hawana wivu. Ni jambo lisilofikirika kwao kufikiria mambo maovu kama vile, 'naomba kitu kibaya kimpate mtu yule,' au kuhisi vizuri wakati watu wengine wanakosa furaha. Wanapoona kitu cha udhalimu kinatendeka, wanaomboleza kwa sababu yake. Pia, wale wanaofurahi pamoja na ukweli wanaweza kupenda kwa wema, kwa moyo usiobadilika, na kwa ukweli na unyoofu wa moyo. Wanafurahi kwa maneno mazuri na matendo mazuri. Mungu pia huwafurahia kwa kelele za furaha kama zilivyotajwa katika Sefania 3:17, "BWANA, Mungu wako, yuko katikati yako shujaa awezaye kuokoa; Atakushangilia kwa furaha kuu, Atakutuliza katika upendo wake, Atakufurahia kwa kuimba."

Hata ikiwa huwezi kufurahi pamoja na ukweli wakati wote, huna haja ya kufa moyo au kuvunjika moyo. Ukijaribu kadri uwezavyo, Mungu wa upendo ataona juhudi zako kuwa 'kufurahia pamoja na ukweli'.

Tatu, kufurahi pamoja na ukweli ni kuamini Neno la Mungu na kujaribu kulifanyia kazi.

Ni nadra kumuona mtu anayeweza kufurahi pamoja na ukweli pekee kuanzia mwanzo. Alimradi tuna giza na uwongo ndani yetu, huenda tukawaza mambo maovu au huenda tukafurahi pamoja na udhalimu pia. Lakini tunapobadilia polepole na kuuondoa uwongo wote kutoka mioyoni mwetu, basi tunaweza kufurahi pamoja na ukweli kabisa. Hadi wakati huo, lazima tujitahidi sana.

Kwa mfano, si kila mtu hufurahia kuhudhuria ibada. Waamini wapya au wale wenye imani dhaifu, huenda wakahisi kuchoka, au mioyo yao inaweza kuwa mahali pengine. Huenda wakashangazwa na matokeo ya mchezo wa beziboli au pengine wana wasiwasi kuhusu mkutano wa kikazi watakaokuwa kesho.

Lakini tendo la kwenda hekaluni na kuhudhuria ibada ni juhudi za kujaribu kulitii Neno la Mungu. Huku ni kufurahi pamoja na ukweli. Kwa nini tunajaribu kufanya hivyo kwa njia hii? Lengo la kufanya hivyo ni ili tupokee wokovu na twende Mbinguni. Pia tunaamini kuwa kuna hukumu, na kwamba kuna Mbinguni na Jehanamu kwa sababu tulilisikia Neno la kweli na tunamwamini Mungu. Kwa maana tunajua kuna thawabu mbalimbali Mbinguni tunajaribu kutia bidii zaidi tutakaswe na kufanya kazi kwa uaminifu katika nyumba yote ya Mungu. Ingawa huenda hatutafurahi pamoja na ukweli kwa 100%, tukijaribu kadri tuwezavyo katika kiwango chetu cha imani, huko ni kufurahi pamoja na ukweli.

Kuwa na Njaa na Kiu ya Ukweli

Kufurahi pamoja na ukweli linapaswa kuwa jambo la kawaida kabisa kwetu. Ukweli pekee ndio unaotupa uzima wa milele na unaweza kutubadilisha kabisa. Tukiusikia ukweli, yaani injili, na kufanya kama isemavyo, tutapata uzima wa milele, na tutafanyika wana wa kweli wa Mungu. Nyuso zetu zitang'aa kwa furaha, kwa sababu tumejawa matumaini ya ufalme wa mbinguni na upendo wa kiroho. Tukibadilishwa katika kweli, tutafurahi kwa sababu tunapendwa na kubarikiwa na Mungu, na pia tunapendwa na watu wengi.

Sharti tufurahi pamoja na ukweli wakati wote, na zaidi ya hayo, sharti tuwe na njaa na kiu ya kutaka kuujua ukweli. Ikiwa una njaa na kiu, basi utataka chakula na kinywaji kwa bidii. Tunapokuwa tunautafuta ukweli, sharti tuutamani kwa bidii ili tuweze kubadilika kwa baraka na kuwa watu wa ukweli. Sharti tuishi maisha ya kula na kunywa ukweli wakati wote. Je, kula na kunywa ukweli ni nini? Ni kulitii Neno la Mungu, yaani ukweli katika mioyo yetu na kutenda kama linavyotuagiza.

Tukisimama mbele ya mtu tunayempenda sana, ni vigumu kuficha furaha iliyo nyusoni mwetu. Ndivyo ilivyo wakati tunampenda Mungu. Sasa hivi, hatuwezi kusimama mbele ya Mungu ana kwa ana, lakini ikiwa kweli tunampenda Mungu, itadhihirika kwa nje. Yaani, tukiona tu na kusikia kitu fulani kuhusu ukweli, tutaweza kufurahi. Nyuso zetu za furaha zitaonekana na watu walio karibu yetu. Tutatokwa na machozi kwa shukrani kwa kumfikiria Mungu na Bwana, na mioyo yetu itaguswa kwa matendo madogo ya utu wema.

Machozi ya utu wema, kama vile machozi ya shukrani na machozi ya kuomboleza kwa ajili ya nafsi nyingine baadaye yatakuwa vito vya kupendeza vya kupambia nyumba ya kila mtu Mbinguni. Natufurahi pamoja na ukweli ili maisha yetu yaweze kujaa ushahidi unaonyesha kwamba tunapendwa na Mungu.

12. Upendo Huvumilia Yote

Tunapompokea Yesu Kristo na kujaribu kuishi kwa Neno la Mungu, kuna mambo mengi ambayo hatuna budi kuyavumilia. Lazima tuvumilia hali za kutukasirisha. Pia sharti tujifunze kudhibiti mazoea yetu ya kutaka kuzifuata tamaa zetu wenyewe. Ndiyo maana katika kufafanua sifa ya kwanza ya upendo, sifa hiyo inaitwa uvumilivu.

Kuvumilia kunahusu ule mvutano ulio ndani ya mtu na ambao mtu anakumbana nao wakati anapojaribu kutupilia mbali uwongo katika moyo wake. 'Kuvumilia yote' ina maana pana zaidi. Baada ya kukuza ukweli katika mioyo yetu kupitia uvumilivu, lazima tuvumilie uchungu wote ambao unaweza kutujia kwa sababu ya watu wengine. Hususan, ni kule kuvumilia mambo yote ambayo hayalingani na upendo wa kiroho.

Yesu alikuja hapa duniani kuwaokoa wenye dhambi, na je, watu walimchukuliaje? Alifanya mambo mazuri pekee, na bado watu walimdhihaki, wakamtelekeza na kumdharau, Hatimaye wakamsulubisha. Hata hivyo Yesu aliyavumilia haya yote kutoka kwa watu wote na wakati wote akafanya maombi ya maombezi kwa ajili yao. Aliwaombea, akisema, "Baba, uwasamehe, kwa kuwa hawajui watendalo" (Luka 23:34).

Je, matokeo ya Yesu kuvumilia mambo yote na kuwapenda watu yalikuwa yapi? Yeyote anayempokea Yesu kama mwokozi wake anaweza sasa kupokea wokovu na kuwa mwana wa Mungu. Tuliwekwa huru kutokana na kifo na tumehamishwa hadi kwenye uzima wa milele.

Kuna msemo wa Kikorea unaosema, "Saga shoka utengeneze sindano." Msemo huo unamaanisha kuwa kwa saburi na uvumilivu tunaweza kukamilisha aina yoyote ya kazi ngumu. Je, mtu anahitaji muda na juhudi za kiasi gani ili kuweza kusaga shoka la chuma ili kutengeneza sindano moja kali? Bila shaka inaonekana hiyo ni kazi isiyowezekana hivi kwamba mtu huenda akajisemea, "Kwa nini usiuze hilo shoka ukanunua sindano?"

Lakini Mungu yeye mwenyewe ameamua kuifanya kazi hiyo, kwa sababu yeye ndiye bwana wa roho zetu. Mungu si mwepesi wa hasira na wakati wote hutuvumilia kutuhurumia na kuwa mkarimu kwa upendo kwa sababu anatupenda. Yeye huwachongachonga na kuwapiga msasa watu hata ingawa mioyo yao ni migumu kama chuma. Mungu humsubiri mtu yeyote awe mtoto wake wa kweli, hata ingawa anaonekana hana fursa yoyote ya kuwa mtoto wa Mungu.

Mwanzi uliopondeka hatauvunja, Wala utambi utokao moshi hatauzima, Hadi ailetapo hukumu ikashinda. (Mathayo 12:20).

Hata leo Mungu huvumilia uchungu wote unaotokana na kuyaona matendo ya watu na kutusubiri kwa furaha. Amekuwa akiwavumilia watu, akiwangojea wabadilike kwa wema hata ingawa wamekuwa wakitenda maovu kwa maelfu ya miaka. Hata ingawa walimpa Mungu kisogo na kutumikia sanamu, Mungu aliwaonyesha kuwa yeye ni Mungu wa kweli na akawavumilia kwa imani. Mungu akisema, "Umejaa udhalimu na huwezi kujisaidia. Siwezi kukuvumilia tena," basi, watu wangapi wataokolewa?

Kama vile Biblia inavyosema katika Yeremia 31:3, "BWANA alinitokea zamani, akisema, Naam nimekupenda kwa upendo wa milele, ndiyo maana nimekuvuta kwa fadhili zangu," Mungu hutuongoza kwa upendo wake wa milele na usiokuwa na mwisho.

Katika kuhudumu kwangu kama mchungaji wa kanisa kubwa, nimeweza kuelewa uvumilivu huu wa Mungu kwa kiwango fulani. Kumekuwa na watu waliokuwa na makosa au mapungufu, lakini kwa kuhisi moyo wa Mungu nimekuwa nikiwaangalia kwa macho ya imani wakati wote kwamba siku moja wanaweza kubadilika na kumpa Mungu utukufu. Kwa vile nimekuwa mvumilivu mara kwa mara na huku nikiwa na imani kwao, washirika wengi wa kanisa waliweza kukua na kuwa viongozi wazuri.

Kila wakati husahau kwa haraka muda niliowavumilia, na ninaona kana kwamba ulikuwa muda mfupi tu. Katika 2 Petro 3:8 inasema, "Lakini, wapenzi, msilisahau neno hili, kwamba kwa Bwana siku moja ni kama miaka elfu, na miaka elfu ni kama siku moja," na nilielewa maana ya kifungu hiki. Mungu huvumilia mambo yote kwa muda mrefu na bado anauona huo muda kuwa mfupi sana. Natutambue kuwa upendo huu wa Mungu na kwa huo natumpende kila mtu aliye karibu nasi.

13. Upendo Huamini Yote

Ikiwa unampenda mtu, utaamini kila kitu cha mtu huyo. Hata ikiwa huyo mtu ana mapungufu, bado utajaribu kumwamini mtu huyo. Mke na mume wanaunganishwa pamoja na upendo. Ikiwa watu wawili waliooana hawapendani, basi hiyo inamaanisha hawaaminiani, kwa hiyo wanagombana kuhusu kila jambo na kila mmoja ana mashaka na mambo yote yanayomhusu mwenzake. Katika hali mbaya zaidi huwa wana mawazo ya uwongo ya uzinzi na huweza kuumizana kimwili na kiakili. Ikiwa kweli wanapendana wataaminiana kabisa, na kila mmoja ataamini kwamba mwenzake ni mtu mzuri na hatimaye atafaulu. Kisha, kama kila mmoja alivyoamini, wote watafaulu sana katika nyanja zao au watafanikiwa katika kile wanachofanya.

Kuaminiana na imani vinaweza kuwa vigezo vya kupima nguvu za upendo. Kwa hiyo, kumwamini Mungu kabisa ni kumpenda kabisa. Abrahamu, ambaye ni baba wa imani, aliitwa rafiki wa Mungu. Pasipo kusita kokote Abrahamu alitii amri ya Mungu ya kumtoa mwanawe wa pekee Isaka kama sadaka. Aliweza kufanya hivyo kwa sababu alimwamini Mungu kabisa. Mungu aliona imani hii ya Abrahamu na akautambua upendo wake.

Upendo ni kuamini. Wale wanaompenda Mungu kabisa pia watamwamini kabisa. Watayaamini maneno yote ya Mungu kwa asilimia 100. Na kwa sababu wanaamini mambo yote, wanavumilia mambo yote. Lazima tuamini ndipo tuweze kuvumilia mambo yote yaliyo kinyume na upendo. Yaani, tutakapoamini maneno yote ya Mungu, ndipo tunaweza kutumaini yote na kuitahiri mioyo yetu ili tuondoe kila kitu kilicho kinyume na upendo.

Bila shaka, kwa maana ya wazi kabisa, si kwamba tulimwamini Mungu kwa sababu tulimpenda kutokea mwanzo. Mungu alitupenda kwanza, na kwa kuamini ukweli huo, tulimpenda Mungu. Je, Mungu alitupenda kwa njia gani? Alimtoa Mwanawe wa pekee kwa ajili yetu, sisi tuliokuwa wenye dhambi, ili atufungulie njia ya wokovu wetu.

Mwanzoni, tunampenda Mungu kwa kuamini ukweli huu, lakini tukikuza upendo wa kiroho kabisa tutafikia kiwango ambapo tutaamini kabisa kwa sababu tuna upendo. Kukuza upendo wa kiroho kabisa kunamaanisha tayari tumetupilia mbali uwongo wote mioyoni mwetu. Ikiwa hatuna uwongo mioyoni mwetu, tutapewa imani ya kiroho kutoka juu, ambayo kwayo tunaweza kuamini kutoka katika vilindi vya mioyo yetu. Kisha, hatutaweza kutilia shaka Neno la Mungu, na kumtumaini Mungu kwetu hakuwezi kutingiswa. Pia, tukikuza upendo wa kiroho kabisa, tutamwamini kila mtu. Si kwamba watu hawaaminiki, lakini hata wakiwa wamejaa makosa na wana mapungufu mengi, tunawaangalia kwa jicho la imani.

Sharti tuwe tayari kuwaamini watu wa kila aina. Vilevile sharti tuweze kujiamini sisi wenyewe. Hata ingawa tuna mapungufu mengi, lazima tumwamini Mungu atakayetubadilisha, na sharti tujitazame kwa jicho la imani kwamba karibuni tutabadilika. Roho Mtakatifu wakati wote anatuambia mioyoni mwetu, "Unaweza. Nitakusaidia." Ukiuamini upendo huu na kukiri na kusema, "Ninaweza kufaulu, ninaweza kubadilika," basi Mungu atakamilisha hayo kulingana na kukiri kwako na imani yako.

Kuamini ni kuzuri sana!

Pia Mungu ana imani nasi. Aliamini kwamba kila mmoja wetu angeujua upendo wa Mungu na kuifuata njia ya wokovu. Kwa sababu alitutazama sote kwa jicho la imani alimtoa Mwanawe wa pekee, Yesu, msalabani. Mungu anaamini kwamba hata wale wasiomjua Bwana au kumwamini bado wataokolewa na kujiunga na upande wa Mungu. Anaamini kwamba wale ambao tayari wamempokea Bwana watabadilishwa na kuwa aina ya watoto wa Mungu wanaofanana naye kwa karibu sana. Natuamini mtu wa kila aina kwa upendo huu wa Mungu.

14. Upendo Hutumaini Yote

Inasemekana maneno yafuatayo yameandikwa kwenye moja ya mawe ya makaburi ya Westminster Abbey huko Uingereza, "Nilipokuwa kijana nilitaka kuubadilisha ulimwengu lakini sikuweza. Nilipofika umri wa katikati ya uzee na ujana nikajaribu kuibadilisha familia yangu lakini sikuweza. Ni kufikia kipindi changu cha kukaribia kuiaga dunia ndipo niligundua kwamba ningeweza kuyabadilisha hayo yote kama ningebadilika mimi mwenyewe.

Kwa kawaida, watu hujaribu kuwabadilisha wengine ikiwa kuna kitu wasichokipenda katika mtu huyo. Lakini kwa kiwango kikubwa haiwezekani kuwabadilisha watu wengine. Wanandoa wengine huzozana juu ya mambo madogo kama vile kutoa dawa ya mswaki kutoka chini au kutoka sehemu ya chini. Sharti kwanza tubadilike sisi wenyewe kabla hatujajaribu kuwabadilisha wengine. Na kisha kwa kuwapenda, tunaweza kusubiri wengine wabadilike, yaani tukiwa na matumaini kwamba watabadilika kwa njia ya kweli.

Kutumaini yote ni kusubiri kwa hamu na kungojea kila kitu unachokiamini kiweze kutimia. Yaani, ikiwa tunampenda Mungu, tutaamini kila Neno la Mungu na kutumaini kuwa kila kitu kitatendeka kulingana na Neno lake. Unatamani zile siku ambapo utashiriki upendo na Mungu Baba milele katika ufalme wa mbinguni unaopendeza sana. Ndiposa unayavumilia mambo yote ili upige mbio zako za imani. Lakini, je, ikiwa hakuna matumaini?

Wale wasiomwamini Mungu hawawezi kuwa na matumaini ya ufalme wa mbinguni. Ndiposa wanaishi kwa kuzifuata tamaa zao, kwa maana hawana matumaini ya siku za usoni. Wanajaribu kupata vitu vingi zaidi na kung'ang'ana kutimiza ulafi wao. Lakini haijalishi wana mali kiasi gani na wanaifurahia kiasi gani, hawawezi kutosheka kwa njia ya kweli. Wanaishi maisha yao kwa hofu ya siku zijazo.

Kwa upande mwingine, wale wanaomwamini Mungu hutumaini yote, kwa hiyo wanaifuata njia nyembamba. Kwa nini tunasema ni njia nyembamba? Inamaanisha ni nyembamba machoni mwa wale wasioamwamini Mungu. Tunapompokea Yesu Kristo na kuwa watoto wa Mungu, tunakaa kanisani kutwa nzima siku ya Jumapili tukihudhuria ibada, bila kujiingiza katika starehe zozote za kidunia. Tunaufanyia kazi ufalme wa Mungu kwa kazi za kujitolea na kuomba ili tuishi kwa Neno la Mungu. Mambo kama hayo ni vigumu kuyatekeleza bila imani na ndiposa tunasema ni njia nyembamba.

Katika 1 Wakorintho 15:19 mtume Paulo anasema, "Kama tumemtumaini Kristo katika maisha haya tu, sisi tu watu wa kusikitikiwa ziadi kuliko watu wote." Kwa mtazamo wa kimwili tu, maisha ya kuvumilia na kufanya kazi kwa bidii yanaonekana kuwa magumu. Lakini tukitumaini yote, njia hii ya maisha inaleta furaha zaidi kuliko njia yoyote ile. Ikiwa tuko pamoja na wale tunaowapenda sana, tutafurahi hata ikiwa tunaishi katika nyumba ya mabanda. Na tukiwaza kuhusu ule ukweli kwamba tutaishi na Bwana tunayempenda milele huko Mbinguni, tutafurahi zaidi! Tunasisimka na kufurahi sana tunapofikiria jambo hilo. Katika njia hii, kwa upendo wa kweli tunasubiri na kutumaini hadi kila kitu tunachoamini kiweze kutimia.

Kutazamia kila kitu kwa imani ni jambo lenye nguvu sana.

Kwa mfano, tuseme mmoja wa watoto wako anapotoka na hasomi kwa bidii. Hata mtoto huyu, ukiwa na imani naye na kumwambia kwamba anaweza kufaulu, na umwangalie kwa jicho la matumaini kwamba atabadilika, basi anaweza kubadilika na kuwa mtoto mzuri wakati wowote. Imani ya wazazi kwa watoto wao itachochoea matokeo mazuri na hali ya kujiamini ya watoto hao. Watoto hao wanaojiamini wana imani kwamba wanaweza kufanya chochote; wataweza kuyashinda mambo magumu, na mitazamo kama hiyo kwa hakika huathiri vizuri matokeo yao shuleni.

Ndivyo ilivyo wakati tunapozitunza nafsi kanisani. Kwa vyovyote vile, tusiwe na haraka ya kusema mtu fulani yuko hivi au vile. Tusivunjwe moyo kwa kufikiria, 'Inaonekana ni vigumu sana kwa mtu huyu kubadilika', au 'huyu dada ni yule yule tu.' Sharti tumwangalie kila mtu kwa jicho la matumaini kwamba atabadilika baada ya muda mfupi na kuyeyushwa kwa upendo wa Mungu. Sharti tundelee kuwaombea na kuwatia moyo kwa kuamini na kusema, "Unaweza kufaulu!"

15. Upendo Hustahimili Yote

1 Wakorintho 13:7 inasema, "[Upendo] huvumilia yote; huamini yote; hutumaini yote; hustahimili yote." Ukiwa na upendo unaweza kustahimili mambo yote. Basi, nini maana ya 'kustahimili'? Tunapostahimili yote ambayo hayaendani na upendo, kutakuwa na matokeo ya kufanya hivyo. Kunapotokea upepo ziwani au baharini, kutakuwa na mawimbi. Hata baada ya upepo kutulia, bado kutabaki mawimbi madogo. Hata tukistahimili yote, hayataisha hivyo tu wakati tumeyastahimili. Kutakuwa na matokeo au athari zitakazotokana na kustahimili huko.

Kwa mfano, Yesu alisema katika Mathayo 5:39, "Lakini mimi nawaambia, Msishindane na mtu mwovu; lakini mtu akupigaye shavu la kulia, mgeuzie na la pili." Kama nilivyosema, hata mtu akikupiga kofi kwenye shavu la kulia, hufai kupigana naye, bali unafaa kustahimili. Basi, ndio utakuwa mwisho wake? Baada ya hapo kutakuwa na athari zinazotokana na kuzabwa kofi. Utahisi uchungu. Utahisi uchungu kwenye shavu lako, lakini uchungu ulio moyoni ndio mkali zaidi. Bila shaka, watu wana sababu mbalimbali za kushuhudia uchungu katika mioyo yao. Watu wengine wana uchungu moyoni kwa sababu wanafikiri wamezabwa kofi bila sababu yoyote na kwa sababu wamekasirika. Lakini wengine wana uchungu mioyoni mwao kwa kusikitika kwamba waliwakasirisha wenzao. Wengine huenda wakasikitika kumwona ndugu yao asiyeweza kuzuia hasira yake, lakini anaidhihirisha wazi kwa matendo badala ya kukabiliana nayo kwa njia nzuri na inayofaa.

Matokeo ya kustahimili kitu fulani yanaweza pia kuja

kutokana na hali za nje. Kwa mfano, mtu alikupiga kofi shavu la kulia. Kwa hiyo ukamgeuzia lile shavu lingine kulingana na Neno. Kisha akakuzaba kofi kwenye shavu la kushoto pia. Ulistahimili hayo kwa kulifuata Neno, lakini hali ikazidi na ikaonekana kiuhalisia imekuwa mbaya.

Ndivyo ilivyokuwa kwa Danieli. Hakufuata maagizo aliyopewa hata ingawa alifahamu fika kwamba angetupwa katika tundu la simba. Hakukoma kuomba hata ingawa alikuwa katika mazingira yaliyotishia maisha yake. Alifanya hivyo kwa sababu alimpenda Mungu. Pia, hakuwatendea maovu wale waliojaribu kumuua. Je, kila kitu kilibadilika na kuwa bora zaidi kwake kwa kuwa alistahimili kila kitu kulingana na Neno la Mungu? Hapana. Alitupwa katika tundu la simba!

Tunaweza kufikiria majaribu yote yanapaswa kutuondokea ikiwa tutastahimili mambo ambayo hayalingani na upendo. Je, nini sababu inayofanya majaribu yatujie? Ni majaliwa ya Mungu ili atukamilishe na kutupa baraka za ajabu. Mashamba yatatoa mavuno mazuri na yenye nguvu kwa kustahimili mvua, upepo, na jua kali. Majaliwa ya Mungu ni kwamba kupitia majaribu tuweze kuwa watoto wa kweli wa Mungu.

Majaribu ni Baraka

Adui ibilisi na Shetani huyatatiza maisha ya watoto wa Mungu wakati wanapojaribu kuishi katika Nuru. Shetani wakati wote hujaribu kutafuta sababu za kuwashtaki watu, na wakiwa na lawama kidogo tu, Shetani huwashtaki haswa. Mfano ni wakati ule mtu anapokutendea maovu na ustahimili kwa nje, lakini bado kwa ndani uwe una hisia mbaya. Adui ibilisi na Shetani wanayajua haya na watakushtaki kwa makosa mengi kutokana na hisia hizo.

Kisha, Mungu hana budi kuruhusu majaribu kulingana na mashtaka hayo. Wakati wote kutakuwa na majaribu yanayoitwa 'majaribu yasafishayo' hadi pale tutakapotambuliwa kuwa hatuna uovu mioyoni mwetu. Bila shaka, hata baada ya kuzitupilia mbali dhambi zote na kuwa watu waliotakaswa kabisa, bado kutakuwa na majaribu. Aina hii ya majaribu yanaruhusiwa ili yatuletee baraka kubwa zaidi. Kupitia hayo, hatukai tu katika kiwango cha kutokuwa na uovu lakini tutakuza upendo wa hali ya juu na utu wema mkamilifu pasipo mawaa au doa lolote.

Kanuni hiyo hiyo ndiyo inatumika wakati tunapojaribu kutimiza ufalme wa Mungu, si tu kwa ajili ya baraka za kibinafsi. Ili Mungu aweze kudhihirisha kazi zake kuu, kiwango fulani cha mizani ya haki lazima kitimizwe. Kwa kudhihirisha imani kuu na matendo ya upendo, lazima tuthibitishe kwamba tuna chombo cha kupokelea jibu, ili adui ibilisi asiweze kupinga.

Kwa hiyo wakati mwingine Mungu huyaruhusu majaribu yatujie. Tukivumilia kwa utu wema na upendo pekee, Mungu huturuhusu tumpe utukufu zaidi kwa ushindi mkuu na pia hutupa thawabu kubwa zaidi. Hususan, ukiyashinda mateso na dhiki unazopitia kwa ajili ya Bwana, hakika utapokea baraka kubwa zaidi. "Heri ninyi watakapowashutumu na kuwaudhi na kuwanenea kila neno baya kwa uongo, kwa ajili yangu. Furahini, na kushangilia; kwa kuwa thawabu yenu ni kubwa mbinguni; kwa maana ndivyo walivyowaudhi manabii waliokuwa kabla yenu" (Mathayo 5:11-12).

Kuvumilia, Kuamini, Kutumaini, na Kustahimili Yote

Ukiyaamini yote na kutumaini yote kwa upendo, unaweza

kushinda majaribu ya aina yoyote. Basi, tunapaswa kuamini, kutumaini, na kustahimili yote hususan kwa jinsi gani?

Kwanza, sharti tuamini upendo wa Mungu hadi mwisho, hata wakati wa majaribu.

Biblia katika 1 Petro 1:7 inasema, "... ili kwamba kujaribiwa kwa imani yenu, ambayo ina thamani kuu kuliko dhahabu ipoteayo, ijapokuwa hiyo hujaribiwa kwa moto, kuonekane kuwa kwenye sifa na utukufu na heshima, katika kufunuliwa kwake Yesu Kristo." Anatusafisha ili tuweze kuwa na sifa za kutuwezesha kufurahia sifa na utukufu na heshima wakati maisha yetu yatakapoisha hapa duniani.

Pia, tukiishi kulingana na Neno la Mungu kabisa pasipo kuufuata ulimwengu, huenda tutakabiliana na nyakati ambapo tutapitia mateso tusiyostahili. Kila wakati, sharti tuamini kwamba tunapokea upendo maalum wa Mungu. Kisha, badala ya kuvunjika moyo, tutakuwa na shukrani kwa sababu Mungu anatuekeleza mahali penye makao bora zaidi Mbinguni. Pia, sharti tuamini katika upendo wa Mungu, na sharti tuamini hadi mwisho. Huenda kutakuwa na uchungu katika kujaribiwa kwa imani yetu.

Uchungu ukiwa mkali na uendelee kwa muda mrefu, huenda tukasema, "Kwa nini Mungu hanisaidii?" Je, bado ananipenda kweli? Lakini katika nyakati hizi za majaribu, sharti tukumbuke upendo wa Mungu kwa uwazi zaidi na tuvumilie majaribu. Sharti tuamini kwamba Mungu Baba anataka kutuelekeza mahali kwenye makao bora zaidi ya mbinguni kwa sababu anatupenda. Tukivumilia hadi mwisho, hatimaye tutakuwa watoto wakamilifu wa Mungu. "Saburi na iwe na kazi kamilifu, mpate kuwa wakamilifu na watimilifu bila kupungukiwa na neno" (Yakobo 1:4)

Pili, kuvumilia mambo yote sharti tuamini kuwa majaribu ni njia ya mkato ya kutimiza matumaini yetu.

Warumi 5:3-4 inasema, "Wala si hivyo tu, ila na mfurahi katika dhiki pia; mkijua ya kuwa dhiki, kazi yake ni kuleta subira; 4na kazi ya subira ni uthabiti wa moyo; na kazi ya uthabiti wa moyo ni tumaini;" Dhiki hapa ni kama njia ya mkato ya kukamilishia matumaini yetu. Unaweza kujisemea, "Nitabadilika lini?" lakini ukivumilia na kuendelea kubadilika tena na tena, basi pole pole hatimaye utaweza kuwa mtoto wa kweli wa Mungu na mtoto aliyemkamilifu na anayefanana na Mungu.

Kwa hiyo, majaribu yanapotujia, sharti usiyaepuke lakini ujaribu kuyapitia kwa bidii zako zote. Bila shaka tukijaribu kuyakwepa majaribu, safari yetu itakuwa ndefu zaidi tu. Lakini tukijaribu kuepuka majaribu, safari yetu itakuwa ndefu tu. Kwa mfano tuseme kuna mtu ambaye anakusumbua wakati wote na katika kila jambo. Hutadhihirisha hilo kwa nje, lakini kila utakapokutana na mtu huyo, utahisi ugumu fulani. Kwa hiyo, utataka kumwepuka tu. Katika hali hii, sharti usijaribu kupuuza hali hiyo, lakini lazima uishinde kwa kutenda jambo. Sharti uvumilie ugumu unaoupata kutoka kwake, na ukuze moyo wa kukuwezesha kumwelewa kweli na kumsamehe mtu huyo. Kisha, Mungu atakupa neema na utabadilika. Vivyo hivyo, kila moja ya majaribu yatakuwa ngazi na njia ya mkato katika safari yako ya kutimiza matumaini yako.

Pili, kuvumilia mambo yote sharti tutende mema pekee.

Tunapokabiliana na athari zinazotokana na mambo fulani, hata baada ya kuvumilia mambo yote kulingana na Neno la Mungu, kwa kawaida watu humlalamikia Mungu. Wananalamika wakisema, "Kwa nini hali haibadiliki hata baada ya kutenda kulingana na Neno?" Majaribu yote ya imani huletwa na adui ibilisi na Shetani. Yaani, majaribu ni vita kati ya wema na uovu.

Ili mtu apate ushindi katika vita hivi vya kiroho, lazima tupigane vita kulingana na sheria za upeo wa kiroho. Sheria ya upeo wa kiroho ni kwamba wema hatimaye hushinda. Warumi 12:21 inasema, "Usishindwe na ubaya, bali uushinde ubaya kwa wema." Tukitenda wema katika njia hii, huenda ikaonekana kwamba tunapata hasara na tunashindwa wakati huo, lakini kusema kweli tunafaidika. Ni kwa sababu Mungu wa haki na mwema anadhibiti bahati zote, visirani, na uzima na mauti ya mwanadamu. Kwa hiyo, tunapokabiliwa na majaribu, na matesho, sharti tutende mema pekee.

Wakati mwingine kuna waamini wanaopitia mateso yanasababishwa na jamaa zao wasioamini. Katika hali kama hiyo waamini wanaweza kufikiria, "Kwa nini mume wangu ni mwovu namna hii? Kwa nini mke wangu ni mwovu namna hii?" Lakini, basi majaribu yatazidi kuwa makubwa na ya muda mrefu. Sasa wema ni nini katika muktadha kama huu? Lazima uombe kwa upendo na uwatumikie katika Bwana. Sharti uwe nuru inayong'aa sana kwenye familia yako.

Ukiwatendea mema pekee, Mungu atafanya kazi yake katika wakati wake unaofaa. Atamfukuzia mbali adui ibilisi na Shetani na pia kuigusa mioyo ya jamaa zako. Matatizo yote yatatatuliwa tutakapotenda wema kulingana na sheria za Mungu. Silaha kubwa zaidi katika vita vya kiroho si katika uwezo au hekima ya wanadamu bali katika wema wa Mungu. Kwa hiyo, natuvumilie katika wema pekee na tufanye mambo mema.

Je, kuna mtu yeyote karibu nawe ambaye unaona ni vigumu kuwa nae na ni vigumu kumvumilia? Watu wengine hufanya makosa wakati wote, huleta hasara na kuwaletea watu wengine hali ngumu. Wengine hulalamika sana na hata kununa juu ya mambo madogo. Lakini ukikuza upendo wa kweli ndani yako, hakutakuwa na mtu ambaye hutamvumilia. Hii ni kwa sababu utawapenda wengine kama unavyojipenda mwenyewe, kama vile Yesu alivyotuambia tuwapende majirani zetu kama tunavyojipenda (Mathayo 22:39).

Mungu Baba pia anatuelewa na anatuvumilia namna hii. Sharti uishi kama lulu nzuri ya chaza, utakapokuza upendo huu ndani yako. Kitu kigeni kama vile mchanga, magugu ya baharini, au chembe ya kaakaa inapoingia kati ya kaakaa na mwili wa chaza, lulu ya chaza hubadilika na kuwa lulu yenye thamani! Katika njia hii, tukikuza upendo wa kiroho, tutapitia kwenye lango la lulu na kuingia Yerusalemu Mpya ambako ndiko kuliko kiti cha enzi cha Mungu.

Hebu fikiria wakati utakapopitia malango ya lulu na kukumbuka maisha yako ya awali ulipokuwa duniani. Sharti tuweze kuungana kwa Baba Mungu na kusema, "Asante kwa kuvumilia, kuamini, kutumaini, na kustahimili yote kwa ajili yangu," kwa kuwa atakuwa ameifinyanga mioyo yetu na kuifanya ipendeze kama lulu.

Upendo Mkamilifu.

"Upendo haupungui neno wakati wowote; bali ukiwapo unabii utabatilika; zikiwapo lugha, zitakoma; yakiwapo maarifa, yatabatilika. Kwa maana tunafahamu kwa sehemu; na tunafanya unabii kwa sehemu; akini ijapo ile iliyo kamili, iliyo kwa sehemu itabatilika. Nilipokuwa mtoto mchanga, nilisema kama mtoto mchanga, nilifahamu kama mtoto mchanga, nilifikiri kama mtoto mchanga; tokea hapo nilipokuwa mtu mzima, nimeyabatilisha mambo ya kitoto. Maana sasa tunaona kwa kioo kwa jinsi ya fumbo; wakati ule tutaona uso kwa uso; sasa nafahamu kwa sehemu; wakati ule nitajua sana kama mimi nami ninavyojuliwa sana. Basi, sasa inadumu imani, tumaini, upendo, haya matatu; na katika hayo lililo kuu ni upendo."

1 Wakorintho 13:8-13

Utapofika Mbinguni, na uambiwe unaweza kubeba kitu kimoja uende nacho, ungebeba nini? Dhahabu? Almasi? Pesa? Vitu hivi vyote havina maana yoyote Mbinguni. Huko Mbinguni, barabara utakazokanyaga ni za dhahabu. Kile ambacho Mungu Baba amatuandalia katika makao ya mbingu ni kizuri sana na cha thamani. Mungu anaelewa mioyo yetu na hutuandalia mambo mazuri kwa juhudi zake zote. Lakini kuna kitu kimoja tunachoweza kuondoka nacho duniani, na pia kitu hicho kitakuwa na thamani sana Mbinguni. Ni upendo. Ni ule upendo uliokuzwa mioyoni mwetu wakati tulipokuwa bado tunaishi hapa duniani.

Upendo Unahitajika Mbinguni Pia

Wakati ukuzaji wa mwanadamu utakapokwisha na twende katika ufalme wa mbinguni, mambo yote hapa duniani yatatoweka (Ufunuo 21:1). Zaburi 103:15,'inasema, "Mwanadamu siku zake zi kama majani; Kama ua la kondeni ndivyo asitawivyo." Hata vile vitu tunavyoweza kuvigusa kama vile utajiri, umaarufu, na mamlaka vyote vitatoweka. Dhambi zote na giza kama vile chuki, magombano, husuda na wivu vitatoweka.

Lakini katika 1 Wakorintho 13:8-10 inasema,"Upendo haupungui neno wakati wowote; bali ukiwapo unabii utabatilika; zikiwapo lugha, zitakoma; yakiwapo maarifa, yatabatilika. Kwa maana tunafahamu kwa sehemu; na tunafanya unabii kwa sehemu; akini ijapo ile iliyo kamili, iliyo kwa sehemu itabatilika.

Karama ya unabii, kunena kwa lugha, na maarifa katika Mungu, ni vitu vya kiroho, kwa hiyo kwa nini karama hizo zitaondolewa? Mbinguni ku katika upeo wa kiroho na ni mahali pakamilifu. Huko Mbinguni, tutaweza kujua kila kitu kwa uwazi zaidi. Hata ingawa tunawasiliana na Mungu kwa njia ya wazi na tunatoa unabii, huko mbinguni ni tofauti kabisa kwa mtu kuelewa kila kitu katika kinachohusu siku zijazo katika ufalme wa mbinguni. Kisha, tutaelewa kwa uwazi moyo wa Mungu Baba na Bwana, kwa hiyo unabii hautahitajika tena.

Ndivyo ilivyo na kunena kwa lugha. Hapa, 'lugha' linarejelea lugha mbalimbali. Sasa, hapa duniani kuna lugha nyingi mbalimbali, kwa hiyo ili tuweze kuongea na watu wanaoongea lugha iliyo tofauti na yetu, hatuna budi kujifunza lugha yao. Kutokana na tofauti za kitamaduni, tunahitaji muda mwingi na juhudi nyingi kuweza kuwashirikisha wengine, mioyo yetu na mawazo yetu. Hata tukiongea lugha moja, hatuwezi kuelewa kabisa mioyo na mawazo ya watu. Hata tukiongea kwa ufasaha na kwa uwazi, si rahisi kuwasilisha ujumbe ulio mioyoni mwetu na mawazoni mwetu kwa 100%. Tunaweza kuzozana na kugombana na watu kwa sababu ya maneno. Pia kuna makosa mengi katika maneno.

Lakini tukienda Mbinguni, hatuna haja ya kuwa na wasiwasi wa mambo haya. Huko Mbinguni kuna lugha moja pekee. Kwa hiyo, hakuna haja ya kuwa na wasiwasi kuhusu kutowaelewa wengine wanapozungumza. Hakuwezi kuwa na kutoelewana au ubaguzi huko, kwa sababu moyo mzuri unawasilishwa jinsi ulivyo.

Ndivyo ilivyo na maarifa. Hapa, 'maarifa' linarejelea ufahamu wa Neno la Mungu. Tunapoishi hapa duniani tunajifunza Neno la Mungu kwa bidii. Tunajifunza kupitia vitabu 66 vya Biblia, jinsi tunavyoweza kuokolewa na kupata uzima wa milele. Tunajifunza kuhusu mapenzi ya Mungu, lakini ni sehemu tu ya mapenzi ya Mungu, ambayo ndiyo sehemu inayohusu yale tunayopaswa kufanya ili tufike Mbinguni.

Kwa mfano, tunasikia na kujifunza na kujizoeza maneno kama, 'Pendaneni,' 'Usimuonee kijicho mwenzako, usimuonee wivu mwenzako,' na kadhalika. Lakini huko Mbinguni, kuna upendo pekee, na kwa hiyo, hatuhitaji aina hii ya maarifa huko. Ingawa ni mambo ya kiroho, hatimaye hata unabii, lugha mbalimbali, na maarifa yote yatapotea. Ni kwa sababu mambo hayo yanahitajika kwa muda tu katika ulimwengu huu tunaouona.

Kwa hiyo, ni muhimu kujua Neno la kweli na kuzijua habari za Mbinguni, lakini ni muhimu zaidi kukuza upendo. Tutakapoitahiri mioyo yetu na kukuza upendo tunaweza kuingia katika makao bora zaidi ya mbinguni.

Upendo Una Thamani Milele

Hebu kumbuka wakati wa upendo wako wa kwanza. Ulijawa na furaha iliyoje! Kama tunavyosema kuwa tumepofushwa na mapenzi, ikiwa kweli tunampenda mtu, tunaweza kuona tu mambo mazuri katika mtu huyo na kila kitu duniani kitaonekana kuwa kizuri sana. Mwangaza wa jua unaonekana unang'aa zaidi kuliko awali, na tunaweza kupata harufu nzuri hata katika hewa. Kuna ripoti za maabara zinazosema kuwa sehemu za ubongo zinazodhibiti mawazo mabaya na ya kukosoa hazifanyi kazi sana kwa watu wanaopendana. Katika njia hiyo hiyo, ikiwa umejaa upendo wa Mungu moyoni mwako, utajawa na furaha hata ikiwa hutakula chakula. Huko Mbinguni, aina hii ya furaha itadumu milele.

Maisha yetu hapa duniani ni kama maisha ya mtoto ikilinganishwa na maisha tutakayokuwa nayo Mbinguni. Mtoto mchanga ambaye anaanza kuongea anaweza kusema maneno machache rahisi kama vile 'mami' na 'dadi.' Hawezi kueleza mambo mengi kwa kina na kwa usahihi. Pia, watoto hawawezi kuelewa mambo magumu ya ulimwengu wa watu wazima. Watoto huongea, huelewa, na hufikiri ndani ya maarifa yao na uwezo wao kama watoto. Hawana ufahamu mzuri kuhusu thamani ya pesa, kwa hiyo wakionyeshwa sarafu na noti, kwa kawaida wataiacha ile noti na kuokota zile sarafu. Hii ni kwa sababu wanajua sarafu zinaweza kununua kitu fulani maana wamezitumia kununua peremende au barafu, lakini hawajui thamani ya noti.

Ni sawa na uelewa wetu wa Mbinguni wakati tungali tunaishi hapa duniani. Tunajua Mbinguni ni mahali pazuri sana, lakini ni vigumu kueleza jinsi kunavyopendeza sana. Katika ufalme wa mbinguni, hakuna mipaka, kwa hiyo uzuri unaweze kuelezwa kikamilifu kabisa. Tutakapofika Mbinguni, pia tutaweza kuelewa upeo wa kiroho usio na mipaka na wa ajabu, na kanuni zile zinazoendesha kila kitu. Haya yametajwa katika 1 Wakorintho 13:11,"Nilipokuwa mtoto mchanga, nilisema kama mtoto mchanga, nilifahamu kama mtoto mchanga, nilifikiri kama mtoto mchanga; tokea hapo nilipokuwa mtu mzima, nimeyabatilisha mambo ya kitoto."

Katika ufalme wa mbinguni, hakuna giza, au wasiwasi au hofu. Kuna utu, wema na upendo pekee yake. Kwa hiyo, tunaweza kuonyesha upendo wetu na kuhudumiana kama tunavyotaka. Katika njia hii, ulimwengu wa kiroho na upeo wa kiroho ni tofauti kabisa. Bila shaka, hata hapa duniani, kuna tofauti kubwa katika uelewa wa watu na mawazo yao kulingana na kiwango cha imani ya mtu.

Katika 1 Yohana sura ya 2, kila kiwango cha imani kinafananishwa na watoto wachanga, watoto, vijana na kina baba. Kwa wale walio na kiwango cha imani cha watoto wachanga au cha watoto wa kawaida, ni kama watoto katika roho. Hawawezi kuelewa kweli mambo ya imani yaliyo ya kina. Wana nguvu kidogo za kulitenda Neno la Mungu. Lakini wanapokuwa vijana na kina baba, maneno yao, kufikiria kwao, na matendo yao ni tofauti. Wana uwezo zaidi wa kulitenda Neno la Mungu, na wanaweza kushinda vita dhidi ya nguvu za giza. Lakini hata ingawa tunakamilisha imani ya kina baba wa hapa duniani, tunaweza kusema bado tungali kama watoto ikilinganishwa na wakati tutakapokuwa tumeingia katika ufalme wa mbinguni.

Tutahisi Upendo Mkamilifu

Utoto ni wakati wa maandalizi ya kuwa mtu mzima, na vivyo hivyo, maisha hapa duniani ni maandalizi ya wakati wa uzima wa milele. Na, ulimwengu huu ni kama kivuli ikilinganishwa na ufalme wa mbinguni, na unapita haraka. Kivuli cha kitu sio kitu chenyewe. Kwa maneno mengine, si kitu halisia. Ni mfano tu unaofanana na kitu cha asilia.

Mfalme Daudi alimbariki BWANA mbele ya mkutano na akasema, "Kwani sisi tu wageni na wapitaji mbele zako, kama walivyokuwa baba zetu wote; siku zetu duniani ni kama kivuli, na hakuna tumaini la kuishi." (1 Mambo ya Nyakati 29:15).

Tunapotazama kivuli cha kitu, tunaweza kuelewa umbo la kawaida la kitu hicho. Huu ulimwengu tunaouona pia ni kama kivuli kinachotupa picha ndogo ya ulimwengu ule wa milele.

Wakati kivuli, ambacho ni maisha ya hapa duniani, kinapopita, maisha halisi yatafunuliwa. Sasa hivi, tunajua kuhusu upeo wa kiroho kidogo tu na kwa njia isiyokuwa ya kina, kana kwamba tunajitazama kwenye kioo. Lakini tutakapoingia katika ufalme wa mbinguni, tutaelewa wazi wazi sawa na tunapoona ana kwa ana.

1 Wakorintho 13:12 says, "Maana sasa tunaona kwa kioo kwa jinsi ya fumbo; wakati ule tutaona uso kwa uso; sasa nafahamu kwa sehemu; wakati ule nitajua sana kama mimi nami ninavyojuliwa sana." Mtume Paulo alipoandika sura hii ya upendo, ilikuwa yapata miaka 2000 iliyopita. Kioo wakati huo hakikuwa safi kama vioo vya siku hizi. Havikutengenezwa kwa kutumia glasi. Walisaga fedha, shaba au chuma na kukisafisha hicho chuma ili kiweze kuakisi mwangaza. Ndiyo maana kioo kilikuwa hakina mwangaza mwingi. Bila shaka, watu wengine huona na kuhisi ufalme wa mbinguni kwa uwazi zaidi kwa macho ya kiroho yaliyofunguliwa. Bado tunaweza kuhisi uzuri na furaha ya Mbinguni kwa kiwango kidogo tu.

Tutakapoingia katika ufalme wa milele baadaye, tutaona waziwazi kila kitu kinachohusu ufalme huo na kukihisi moja kwa moja. Tutajifunza kuhusu ukuu, uenyezi, na uzuri wa Mungu usioweza kuelezwa kwa maneno.

Upendo ndio Mkuu Kati ya Imani, Tumaini, na Upendo

Imani na tumaini ni muhimu sana kwa ajili ya imani yetu kuongezeka. Tunaweza kuokolewa na kwenda mbinguni ikiwa tu tuna imani. Tunaweza kufanyika wana wa Mungu kwa imani pekee. Imani ni ya thamani sana, kwa sababu tunaweza kupata wokovu, uzima wa milele, na ufalme wa mbinguni kwa imani pekee. Na hazina kuu zaidi katika hazina zote ni imani; imani ndiyo siri ya kupokea majibu ya maombi yetu.

Na tumaini je? Tumaini pia ni la thamani; tunapata makao bora zaidi Mbinguni kwa kuwa na tumaini. Kwa hiyo, ikiwa tuna imani, basi kwa kawaida tutakuwa na tumaini. Tukimwamini Mungu kweli na tukiamini kuwa kuna Mbinguni na Jehanamu, tutakuwa na matumaini ya kuingia Mbinguni. Pia, tukiwa na tumaini, tunajaribu kutakaswa na kufanya kazi kwa uaminifu kwa ajili ya ufalme wa Mungu. Imani na tumaini ni mambo ya lazima hadi pale tutakapofika mbinguni. Lakini 1 Wakorintho 13:12 inasema upendo ndio mkuu, na kwa nini alisema hivyo?

Kwanza, imani na tumaini vinahitajika tu wakati wa maisha yetu hapa duniani, na upendo wa kiroho pekee ndio unaobaki katika ufalme wa mbinguni.

Huko Mbinguni, hatuna haja ya kuamini chochote pasipo kuona au kutumaini chochote kwa sababu kila kitu kitakuwa mbele ya macho yetu. Tuseme kwa mfano una mtu unayempenda sana, na hujamuona kwa wiki moja, au hata zaidi, yaani kwa miaka kumi. Tutakuwa na hisia za kina na kuu zaidi tutakapokutana na mtu huyo baada ya miaka kumi. Na kukutana na mtu huyo, ambaye tumetamani kumuona kwa miaka kumi, hakutakuwa na mtu atakayetamani kumuona tena.

Ndivyo ilivyo na maisha yetu ya Ukristo. Ikiwa kweli tuna imani na tunampenda Mungu, tutakuwa na tumaini linalokua kadri muda unavyokwenda na kadri imani yetu inavyokua. Tutatamani kumwona Bwana zaidi na zaidi kadri siku zinavyosonga. Wale walio na tumaini ya Mbinguni kwa njia hii, hawatasema njia hiyo ni ngumu hata ingawa wanaifuata njia nyembamba hapa duniani, na hawayumbishwi na majaribu yoyote. Na tutakapofika mwisho wa safari yetu, yaani ufalme wa mbinguni, hatutahitaji imani au tumaini tena. Lakini upendo bado hudumu Mbinguni milele, na ndiposa Biblia inasema upendo ndio mkuu zaidi ya yote.

Pili, tunaweza kuingia Mbinguni kwa imani, lakini pasipo tumaini, hatuwezi kuingia kwenye makao mazuri zaidi, yaani Yerusalemu Mpya.

Tunaweza kuupata ufalme wa mbinguni kwa nguvu kwa kiwango kile ambacho tunaenda kwa imani na tumaini. Tukiishi kwa Neno la Mungu, tukitupilia mbali dhambi na kukuza moyo mzuri, tutapewa imani ya kiroho, na tutapewa makao mbalimbali Mbinguni kulingana na kiwango hiki cha imani ya kiroho: Paradiso, Ufalme Wa Kwanza wa Mbinguni, Ufalme wa Pili wa Mbinguni, Ufalme wa Tatu wa Mbinguni, na Yerusalemu Mpya.

Paradiso ni ya wale walio na imani ya kuokolewa tu kwa kumpokea Yesu Kristo. Inamaanisha hawakufanya chochote kwa ajili ya ufalme wa Mungu. Ufalme wa Kwanza wa Mbinguni ni kwa wale walijaribu kuishi kwa Neno la Mungu baada ya kumpokea Yesu Kristo. Ufalme huo ni mzuri kushinda Paradiso. Ufalme wa Pili wa Mbinguni ni kwa wale walioishi kwa Neno la Mungu kwa upendo wao kwa Mungu na wamekuwa waaminifu kwa Ufalme wa Mungu. Ufalme wa Tatu wa Mbinguni ni kwa wale wanaompenda Mungu kwa kiwango cha juu kabisa na wametupilia mbali aina zote za uovu ili waweze kutakaswa. Yerusalemu Mpya ni kwa wale walio na imani inayompendeza Mungu na wamekuwa waaminifu katika nyumba yote ya Mungu.

Yerusalemu Mpya ni makao ya mbinguni wanayopewa wale watoto wa Mungu waliokuza upendo mkamilifu kwa imani, na ni uoevu wa upendo. Kusema kweli, hakuna mtu yeyote mwenye sifa za kuingia katika Yerusalemu Mpya, isipokuwa Yesu Kristo, Mwana wa pekee wa Mungu. Lakini sisi kama viumbe tunaweza pia kuwa na sifa za kuingia huko ikiwa tumehesabiwa haki kwa damu ya Yesu Kristo ya thamani na kuwa na imani kamilifu.

Ili tuweze kufanana na Bwana na kukaa Yerusalemu Mpya, sharti tufuate njia ile aliyofuata Bwana. Njia hiyo ni upendo. Tunaweza kuzaa matunda tisa ya Roho Mtakatifu tukiwa na upendo huo. Pia tunaweza kuzaa matunda ya Hotuba ya Mlimani ili tuwe watoto wa Mungu walio na hulka za Bwana. Tutakapopata sifa ya kuwa watoto wa kweli wa Mungu, tutapokea chochote tutakachokiomba hapa duniani, na tutapata fursa ya kuweza kutembea na Bwana milele huko Mbinguni. Kwa hiyo, tunaweza kwenda Mbinguni tutakapokuwa na imani, na tunaweza kuzitupilia mbali dhambi tutakapokuwa na tumaini. Kwa sababu hiyo imani na tumaini kwa kweli vinahitajika, lakini upendo ndio mkuu zaidi kwa maana tunaweza kuingia Yerusalemu Mpya tu wakati tutakapokuwa na upendo.

"Msiwiwe na mtu chochote, isipokuwa kupendana; kwa maana ampendaye mwenzake ameitimiza sheria. Maana kule kusema, Usizini, Usiue, Usiibe, Usitamani; na ikiwapo amri nyingine yoyote, inajumlishwa katika neno hili, ya kwamba, Mpende jirani yako kama nafsi yako. Pendo halimfanyii jirani neno baya; basi pendo ndilo utimilifu wa sheria.

Warumi 13:8-10

Sehemu ya 3
Basi pendo ndilo Utimilifu wa Sheria.

Sura ya 1 Upendo wa Mungu

Sura ya 2 Upendo wa Kristo

Upendo wa Mungu

"Nasi tumelifahamu pendo alilo nalo Mungu kwetu sisi, na kuliamini. Mungu ni upendo, naye akaaye katika pendo, hukaa ndani ya Mungu, na Mungu hukaa ndani yake."

1 Yohana 4:16

Elliot alipokuwa akifanya kazi ya umisionari miongoni mwa Wahindi wa Quechua, alianza kujiandaa kuwafikia wale Wahindi wa kabila la Huaorani. Yeye pamoja na wamisionari wengine walioitwa Ed McCully, Roger Youderin, Peter Fleming na rubani wao aliyeitwa Nate Saint, waliwafikia Wahindi wa Huaorani kwa ndege yao. Walipofika huko walitumia kipaza sauti na kikapu kuwapa zawadi. Baada ya miezi kadhaa kupita, wale wamisionari waliamua kujenga kituo karibu na lile kabila la Wahindi, kando ya Mto Curaray. Pale kituoni walitembelewa mara kadhaa na makundi madogo ya wale Wahindi wa Huaorani, na hata wakampa lifti mmoja wa wale Wahuaorani aliyeitwa "George" (jina lake halisi lilikuwa ni Naenkiwi). Basi wakafurahishwa na jinsi walivyotembelewa kirafiki, wakaanza kuandaa mipango ya kuwatembelea Wahuaorani, lakini mipango yao ikajulikana na wakauawa na kundi kubwa na Wahuaorani. Walimuua Elliot pamoja na wenzake wanne mnamo Januari 8, 1956. Mwili wa Elliot uliokuwa umedungwa mikuki, ulipatikana kwenye ufuo wa mto, pamoja na ile ya wanaume wengine, isipokuwa mwili wa Ed McCully.

Elliot na marafiki zake walijulikana ulimwengu mzima mara moja kama wafia dini, na jarida la Life Magazine likachapisha makala yenye kurasa 10 kuhusu umisionari wao na kifo chao. Wanasifiwa kwa kuchochea azima ya Umisionari wa Kikristo miongoni mwa vijana wa enzi zao, na bado hadi leo wanachukuliwa kuwa watu wanaowatia moyo Wamisionari wa Kikristo wanaofanya kazi ulimwenguni kote. Baada ya kifo cha mumewe, Elizabeth Elliot na wamisionari wengine walianza kufanya kazi ya umisionari miongoni mwa Wahidi wa Auca, ambapo walifanikiwa sana na wakawaleta wengi kwa Yesu. Nafsi nyingi zilivutwa na upendo wa Mungu

Msiwiwe na mtu chochote, isipokuwa kupendana; kwa maana ampendaye mwenzake ameitimiza sheria. Maana kule kusema, Usizini, Usiue, Usiibe, Usitamani; na ikiwapo amri nyingine yoyote, inajumlishwa katika neno hili, ya kwamba, Mpende jirani yako kama nafsi yako." Pendo halimfanyii jirani neno baya; basi pendo ndilo utimilifu wa sheria (Warumi 13:8-10)

Kiwango kikubwa zaidi cha upendo miongoni mwa aina zote za upendo ni ule upendo wa Mungu kwetu. Uumbaji wa vitu vyote na uumbaji wa mwanadamu ulitokana na upendo wa Mungu.

Mungu aliumba vitu vyote na wanadamu kutokana na upendo wake

Hapo mwanzo Mungu alikuwa ana nafasi kubwa ya anga katika yeye mwenyewe. Anga hilo ni anga tofauti kuliko anga tunalolijua leo hii. Ni nafasi isiyokuwa na mwanzo au mwisho au mipaka yoyote. Mambo yote yanatekelezwa kulingana na mapenzi ya Mungu na kile alicho nacho katika moyo wake. Basi, ikiwa Mungu anaweza kufanya chochote na kuwa na chochote anachotaka, kwa nini aliwaumba wanadamu?

Alitaka wana wa kweli ambao angeweza kushiriki nao uzuri wa ulimwengu wake aliokuwa akiufurahia. Alitaka kuwashirikisha ile nafasi ambapo panatekelezwa kila kitu sawa na apendavyo. Ndivyo ilivyo na akili ya mwanadamu; tunapenda kushiriki waziwazi mambo mazuri na wale tunaowapenda. Kwa matumaini haya, Mungu Alipanga ukuzaji wa mwanadamu ili ajapatie watoto wa kweli.

Basi hatua ya kwanza, aligawa anga moja na kuwa ulimwengu wa kimwili na ulimwengu wa kiroho, na aliumba jeshi la mbinguni na malaika, viumbe wengine wa kiroho, na vitu vingine vyote vilivyohitajika katika upeo wa kiroho. Alitengeneza nafasi ya yeye kukaa na vile vile nafasi ya ufalme wa mbinguni ambapo watoto wake wa kweli wangeishi, na nafasi ya wanadamu kuweza kupitia ukuzaji wa mwanadamu. Baada ya muda usiopimika kupita, aliiumba Dunia katika ulimwengu wa kimwili pamoja na jua, mwezi, na nyota, na mazingira asili, ambavyo vyote hivyo vilihitajika ili wanadamu waweze kuishi.

Kuna viumbe wasiohesabika wa kiroho karibu na Mungu kama vile malaika, lakini wanamtii bila masharti, kama vile roboti zinavyofanya. Hao si viumbe ambao Mungu anaweza kuwaonyesha upendo wake. Kwa sababu hii Mungu aliwaumba wanadamu kwa mfano wake ili apate watoto wa kweli atakaoweza kuwaonyesha upendo wake. Kama ingekuwa inawezekana kuwa na roboti zenye sura nzuri na zinazofuata maagizo yako, je, zingeweza kuchukua nafasi ya watoto wako? Hata ingawa watoto wako huenda wasikusikilize siku moja moja, bado utawaona wanapendeza kushinda hizo roboti kwa maana wanaweza kuhisi upendo wako na wao wanaweza kukuonyesha jinsi wanavyokupenda. Ndivyo ilivyo na Mungu. Alitaka watoto wa kweli ambao angeweza kuwadhihirishia moyo wake. Mungu alimuumba mwanadamu wa kwanza kwa upendo huu, na huyo alikuwa ni Adamu.

Baada ya Mungu kumuumba Adamu, aliumba bustani mahali

panapoitwa Edeni upande wa mashariki, na akamweka hapo. Adamu alipewa Bustani ya Edeni kutokana na jinsi Mungu alivyomjali. Ni mahali pazuri sana ambapo maua na miti humea vizuri sana na wanyama wanaopenda hutembea. Ina matunda mengi sana kila mahali. Ina upepo mwanana ulio laini sana na nyasi zinatoa sauti za minong'ono. Maji yanametameta kama vito vya thamani huku vito hivyo vikiakisi miale ya nuru. Hata kwa ufikirivu mzuri zaidi wa mwanadamu, mtu hawezi kuelezea fika uzuri wa mahali hapo.

Mungu pia alimpa Adamu msaidizi aliyeitwa Hawa. Sio kwa sababu Adamu mwenyewe alikuwa mpweke. Mungu alielewa moyo wa Adamu mapema kwa kuwa Mungu alikuwa peke yake kwa muda mrefu sana. Adamu na Hawa wakiwa katika mazingira mazuri sana ya kuishi waliyoandaliwa na Mungu, walienenda na Mungu na, kwa muda mrefu sana, waliweza kufurahia mamlaka makubwa kama watawala wa viumbe vyote.

Mungu anawakuza wanadamu ili aweze kuwafanya kuwa watoto wake wa kweli

Lakini Adamu na Hawa walikosa kitu fulani cha kuwawezesha kuwa watoto wa kweli wa Mungu. Ingawa Mungu aliwapenda kwa upendo wake mwingi, hawakuweza kwa kweli kuhisi upendo wa Mungu. Walifurahia kila kitu walichopewa na Mungu, lakini hakukuwa na kitu walichopata au kupokea kutokana na juhudi zao. Hivyo, hawakuelewa jinsi upendo wa Mungu ulivyo wa thamani, na hawakushukuru kwa kile walichokuwa wamepewa. Zaidi ya hayo, hawakushuhudia mauti au huzuni, na hawakujua thamani ya maisha. Hawakushuhudia chuki, kwa hiyo hawakuwelewa thamani ya kweli ya upendo. Ingawa walisikia na kujua habari zake kiakili tu, hawakuweza kuhisi upendo wa kweli katika mioyo yao kwa maana hawakuwa wameushuhudia kamwe.

Sababu iliyomfanya Adamu na Hawa kula tunda la mti wa maarifa ya mema na mabaya ni hii hapa. Mungu alisema, "...kwa maana siku utakapokula matunda ya mti huo utakufa hakika," lakini hawakuelewa maana halisi ya mauti (Mwanzo 2:17). Je, Mungu hakujua kuwa watakula matunda kutoka kwenye mti wa mema na mabaya? Alijua. Alijua vizuri, lakini bado alimpa Adamu na Hawa hiari ya kujichagulia kutii au la. Hapa ndipo kwenye majaliwa ya ukuzaji wa mwanadamu.

Kupitia ukuzaji wa mwanadamu, Mungu alitaka wanadamu wote waweze kushuhudia machozi, huzuni, uchungu, mauti, n.k., ili baadaye watakapofika Mbinguni, waweze kuhisi kweli jinsi mambo ya mbinguni yaliyo na thamani, na wataweza kufurahia furaha ya kweli. Mungu alitaka kushiriki upendo wake pamoja nao milele huko Mbinguni, ambako hakuwezi kulinganishwa na kitu, ni kuzuri hata kushinda Bustani ya Edeni.

Baada ya Adamu na Hawa kuasi Neno la Mungu, hawakuweza kuishi tena katika Bustani ye Edeni. Na kwa kuwa Adamu pia alipoteza mamlaka yake kama mtawala wa viumbe vyote, wanyama wote na mimea vililaaniwa pia. Dunia wakati mmoja ilikuwa na utele na uzuri wa ajabu, lakini pia ililaaniwa. Sasa dunia ilizaa miiba na michongoma, na wanadamu hawakuweza kuvuna chochote bila kufanya kazi kwa bidii na kutoa jasho.

Ingawa Adamu na Hawa walimwasi Mungu, bado aliwatengenezea nguo za ngozi na akawavisha, kwa kuwa walikuwa wataishi katika mazingira tofauti kabisa (Mwanzo

3:21). Moyo wa Mungu lazima uliwaka kama ule wa wazazi ambao hawana budi kuwafukuza watoto wao kwa muda ili wajiandae kwa siku zao za usoni. Licha ya upendo huu wa Mungu, muda mfupi baada ya ukuzaji wa mwanadamu kuanza, wanadamu walitiwa doa kwa dhambi, na wakajitenga na Mungu kwa haraka.

Warumi 1:21-23 inasema, "kwa sababu, walipomjua Mungu hawakumtukuza kama ndiye Mungu wala kumshukuru; bali walipotea katika uzushi wao, na mioyo yao yenye ujinga ikatiwa giza. Wakijinena kuwa wenye hekima walipumbazika; wakaubadili utukufu wa Mungu asiye na uharibifu kwa mfano wa sura ya binadamu aliye na uharibifu, na ya ndege, na ya wanyama, na ya vitambaavyo."

Mungu alionyesha majaliwa yake na upendo wake kupitia kwa watu wake aliowachagua, yaani Waisraeli kwa ajili ya mwanadamu mwenye dhambi. Kwa upande mwingine, walipoishi kwa Neno la Mungu, aliwaonyesha ishara na maajabu na akawabariki sana. Kwa upande mwingine, walipomwacha Mungu, na kuabudu sanamu na kutenda dhambi, Mungu aliwatuma manabii wengi wautangaze upendo wake.

Mmoja wa manabii hao alikuwa Hosea, ambaye alifanya kazi katika enzi ya giza baada ya Israeli kugawanyika mara mbili ufalme wa kaskazini na ule wa kusini wa Yuda,

Siku moja Mungu alimpa Hosea amri maalum akisema, "Nenda ukatwae mke wa uzinzi, na watoto wa uzinzi" (Hosea 1:2). Ulikuwa huwezi kufikiria kwamba nabii mcha Mungu angeweza kumuoa mwanamke kahaba. Ingawa Hosea hakuelewa kikamilifu lengo la Mungu, bado alitii Neno na akamuoa mwanamke aliyeitwa Gomeri kuwa mkewe.

Walizaa watoto watatu, lakini Gomeri akaingiwa na tamaa, akaondoka na kwenda kushikana na mwanamume mwingine. Hata hivyo Mungu alimwambia Hosea ampende mkewe (Hosea 3:1). Hosea alimtafuta na akamnunua kwa shekeli kumi na tano za fedha na homeri moja ya shayiri na nusu ya homeri ya shayiri.

Upendo ule ambao Hosea aliomuonyesha Gomeri unaashiria ule Upendo wa Mungu tuliopewa. Na Gomeri, yule mwanamke kahaba ni ishara ya wanadamu wote waliotiwa mawaa na dhambi. Kama vile Hosea alivyomuoa mwanamke kahaba, Mungu kwanza aliwapenda wale ambao walikuwa watiwa mawaa na dhambi katika ulimwengu huu.

Alidhihirisha upendo wake usiokuwa na mwisho, huku akitumai kwamba kila mtu angeziacha njia zake za mauti na kufanyika kuwa mwanawe. Hata ikiwa walikuwa marafiki wa ulimwengu na wakamwacha Mungu kwa muda, bado hawangesema, "Uliniacha na siwezi kukubali tena." Anapenda kila mtu amrudie na anafanya hivyo kwa moyo wa bidii kuliko wazazi wanaowasubiri watoto wao waliotoroka nyumbani warudi.

Mungu alimwandaa Yesu Kristo tangu kale

Mfano wa mwana mpotevu katika Luka 15 unaonyesha wazi moyo wa Mungu Baba. Yule mwana wa pili aliyefurahia maisha ya kitajiri kama mtoto hakuwa na moyo wa shukrani kwa baba yake au kuelewa thamani ya aina ya maisha aliyokuwa akiishi. Siku moja alimwomba baba yake ampe urithi wake wa pesa mapema. Alikuwa mtoto aliyeharibika na aliyekuwa anaomba urithi wake wa pesa wakati baba yake angali hai.

Baba yake hakuweza kumzuia mwanawe, kwa maana mwanawe

hakuelewa moyo wa wazazi wake kamwe, na hatimaye alimpa yule urithi wake wa pesa. Yule mwanawe alifurahi na akaondoka kwenda safari. Basi uchungu wa baba yake ulianza kutoka wakati huo. Alijawa na wasiwasi sana. Alijisemea, "Itakuwaje akienda huko na aumie? Je, itakuwaje akikutana na watu waovu?" Yule baba hakuweza hata kulala vizuri kwa sababu ya kuwa na wasiwasi juu ya mwanawe. Alitazama njia akitumaini huenda mwanawe akarudi nyumbani.

Baada ya muda mfupi, zile pesa alizokuwa nazo mwanawe ziliisha, na watu wakaanza kumtendea jeuri. Alikuwa katika hali mbaya sana hivi kwamba alitamani kula chakula kile walichokuwa wakila nguruwe, lakini hakuna aliyempa chochote. Sasa alikumbuka nyuma ya baba yake. Alirudi nyumbani, lakini alisikitika sana kiasi kwamba alishindwa kuinua kichwa chake. Lakini baba yake alikimbia mbio akamlaki na kumbusu. Yule baba hakumlaumu mwanawe kwa chochote lakini badala yake alifurahi sana kiasi kwamba akamvisha nguo nzuri sana na kuchinja ndama na kuandaa karamu kubwa. Huu ndio upendo wa Mungu.

Upendo wa Mungu hautolewi tu kwa watu maalum kwa wakati maalum. 1 Timotheo 2:4 inasema, "[Mungu] ambaye hutaka watu wote waokolewe, na kupata kujua yaliyo kweli." Anafungua lango la wokovu wakati wote, na kila wakati nafsi inapomrudia Mungu, huikaribisha kila nafsi kwa furaha kubwa na shangwe.

Kwa upendo wa Mungu ambaye hatuachi hadi mwisho, njia ilifunguiwa kwa ajili ya kila mtu apokee wokovu. Njia hiyo ni kwamba Mungu alimwandaa Mwanawe wa pekee Yesu Kristo. Kama ilivyoandikwa katika Waebrania 9:22, "Na katika Torati karibu vitu vyote husafishwa kwa damu, na pasipo kumwaga damu hakuna ondoleo," Yesu alilipa gharama ya dhambi ambayo wenye dhambi walitakiwa kulipa, alilipa kwa damu yake ya thamani na kwa maisha yake mwenyewe.

1 Yohana 4:9 inazungumzia upendo wa Mungu kama ilivyonakiliwa, "Katika hili pendo la Mungu lilionekana kwetu, kwamba Mungu amemtuma Mwanawe pekee ulimwenguni, ili tupate uzima kwa yeye." Mungu alimwamuru Yesu kumwaga damu yake ya thamani ili awakomboe wanadamu kutokana na dhambi zao zote. Yesu alisulubishwa, lakini alikishinda kifo na akafufuka baada ya siku tatu, kwa kuwa hakuwa na dhambi yoyote. Kupitia damu ya Yesu njia ya wokovu wetu ilifunguliwa. Kumtoa Mwanawe wa pekee si rahisi kama tunavyodhani. Kuna msemo wa Kikorea unaosema, "Wazazi hawahisi uchungu hata ikiwa watoto wao watawekwa mbele yao. Wazazi wengi huhisi kwamba maisha ya watoto wao ni muhimu zaidi kuliko maisha yao wenyewe.

Kwa hiyo, lile jambo la Mungu kumtoa Mwanawe wa pekee Yesu linadhihirisha upendo mkuu. Zaidi ya hayo, Mungu aliandaa ufalme wa mbinguni kwa wale atakaojipatia kupitia damu ya Yesu Kristo. Huu ni upendo wa ajabu ulioje! Na upendo wa Mungu hauishii hapo.

Mungu alitupa Roho Mtakatifu atuongoze kwenda Mbinguni

Mungu humtoa Roho Mtakatifu kama thawabu kwa wale wanaompokea Yesu Kristo na kupokea msamaha wa dhambi. Roho Mtakatifu, ndiye moyo wa Mungu. Tangia wakati wa kupaa kwa Bwana, Mungu alimtuma Msaidizi, yaani Roho Mtakatifu mioyoni mwetu.

Warumi 8:26-27 inasema, "Kadhalika Roho naye hutusaidia udhaifu wetu, kwa maana hatujui kuomba jinsi itupasavyo, lakini Roho mwenyewe hutuombea kwa kuugua kusikoweza kutamkwa. Na yeye aichunguzaye mioyo aijua nia ya Roho ilivyo, kwa kuwa huwaombea watakatifu kama apendavyo Mungu."

Tunapotenda dhambi, Roho Mtakatifu hutuongoza kuifikia toba kupitia kuugua kusikoweza kutamkwa. Kwa wale walio na imani dhaifu, anawapa imani; kwa wale wasio na matumaini, anawapa matumaini. Kama vile mama anavyowafariji na kuwatunza watoto wake, huwa anatupa sauti yake ili tusiweze kuumia au kudhuruliwa katika njia yoyote. Katika njia hii anaturuhusu kujua moyo wa Mungu anayetupenda, na anatuelekeza kwenye ufalme wa mbinguni.

Tukielewa upendo huu kwa undani, hatuwezi kujizuia kumpenda Mungu pia. Ikiwa tunampenda Mungu kwa mioyo yetu, yeye hutupatia upendo mkuu na wa ajabu ambao utatushangaza. Anatupatia afya njema, na atakibariki kila kitu kituendee vizuri. Mungu hufanya hivi kwa sababu hiyo ndiyo sheria ya upeo wa kiroho, lakini cha muhimu zaidi, ni kwa sababu anataka tuuhisi upendo wake kupitia baraka tunazopokea kutoka kwake. "Nawapenda wale wanipendao, Na wale wanitafutao kwa bidii wataniona" (Mithali 8:17).

Je, ulihisi nini wakati ulipokutana na Mungu kwa mara ya kwanza na kupokea uponyaji au majibu ya matatizo yako? Lazima ulihisi kwamba Mungu anampenda hata mwenye dhambi kama wewe. Ninaamini lazima uliungama kutoka moyoni mwako na kusema, "Je, tunaweza kuijaza bahari kwa wino, na je, anga ilishonwa kwa magombo, ili upendo wa Mungu aliye juu uandikwe, kungeikausha bahari." Pia, ninaamini ulishangazwa sana na upendo wa Mungu ambaye amekupa Mbingu ya milele ambako hakuna wasi wasi, hakuna huzuni, hakuna magonjwa, hakuna kutengwa, na hakuna mauti.

Hatukumpenda Mungu kwanza. Mara ya kwanza Mungu alitujia na kutunyooshea mikono yake. Hakutupenda kwa sababu tulipaswa kupendwa. Mungu alitupenda sana hadi akamtoa Mwanawe wa pekee kwa ajili yetu sisi tuliokuwa wenye dhambi na hatima yetu ilikuwa kifo. Aliwapenda wanadamu wote, na anatujali sisi sote kwa upendo wa ajabu kuliko upendo wowote wa mama ambaye hawezi kumsahau mtoto wake mchanga. Anatusubiri kana kwamba miaka elfu moja ni siku moja tu.

Upendo wa Mungu ni upendo wa kweli usiobadilika hata muda unaposonga. Tutakapofika Mbinguni baadaye, tutapigwa na bumbuazi tutakapoona taji nzuri sana, kitani safi inayong'aa, na nyumba za mbinguni zilizojengwa kwa dhahabu na vito vya thamani. Mungu atakuwa ametuandalia vitu hivyo. Anatupa thawabu na karama hata wakati tukiwa tunaishi hapa duniani, na anatusubiri kwa hamu ile siku tutakayokuwa pamoja katika utukufu wake wa milele. Natuuhisi upendo wake mkuu.

Sura ya 2

Upendo wa Kristo

"...mkaende katika upendo, kama Kristo naye alivyowapenda ninyi tena akajitoa kwa ajili yetu, sadaka na dhabihu kwa Mungu, kuwa harufu ya manukato."

Waefeso 5:2

Upendo una nguvu nyingi za kuweza kufanya yale yasiyowezekana yawezekane. Hususan, upendo wa Mungu na upendo wa Bwana ni wa ajabu sana. Unaweza kugeuza watu wasiokuwa na uwezo na ambao hawawezi kufanya chochote vizuri na wakawa watu wanaoweza kufanya chochote. Wakati wavuvi wasiokuwa na elimu, watoza ushuru-ambao wakati huo walichukuliwa kuwa wenye dhambi-maskini, wajane, na watu waliotelekezwa katika dunia hii, walipokutana na Bwana, maisha yao yalibadilishwa kabisa. Umaskini wao uliondolewa na magonjwa yao yakaponywa, na wakahisi upendo wa kweli ambao hawakuwa wameuhisi mbeleni. Walijiona kuwa hawana maana, lakini walizaliwa mara ya pili kama vyombo vya utukufu vya Mungu. Hii ndiyo nguvu ya upendo.

Yesu alikuja hapa duniani akaacha utukufu wote wa mbinguni

Hapo mwanzo Mungu alikuwa Neno na Neno akaja chini hapa duniani katika mwili wa mwanadamu. Neno ni Yesu, Mwana wa pekee wa Mungu. Yesu alikuja hapa duniani kumwokoa mwanadamu aliyekuwa amefungwa na dhambi na aliyekuwa akielekea mautini. Jina 'Yesu' maana yake 'Atawaokoa watu wake kutoka dhambini' (Mathayo 1:21).

Watu hawa wote waliojaa dhambi walikuwa sasa hawana tofauti na wanyama (Mhubiri 3:18). Yesu alizaliwa katika kihori cha ng'ombe ili awaokoe wanadamu walioacha kufanya kile walichotakiwa kufanya na wakawa hawana tofauti na wanyama. Alilazwa katika kihori cha kulishia wanyama ili aweze kuwa chakula cha kweli kwa wanadamu kama hao (Yohana 6:51).

Lengo lilikuwa kuwafanya wanadamu waweze kupata tena mfano wa Mungu uliokuwa umepotea na kuwaruhusu kutekeleza jukumu lao lote.

Pia, Mathayo 8:20 inasema, "Mbweha wana pango, na ndege wa angani wana viota; lakini Mwana wa Adamu hana pa kulaza kichwa chake." Kama nilivyosema, Yesu hakuwa na mahali pa kulala, na alikaa usiku kucha kondeni akipigwa na baridi na kunyeshewa. Wakati mwingi alikosa chakula na akakaa na njaa mara nyingi. Si kwa sababu hakuwa na uwezo. Alifanya hivyo ili atukomboe kutoka katika umaskini. 2 Wakorintho 8:9 inasema, "Maana mmejua neema ya Bwana wetu Yesu Kristo, jinsi alivyokuwa maskini kwa ajili yenu, ingawa alikuwa tajiri, ili kwamba ninyi mpate kuwa matajiri kwa umaskini wake."

Yesu alianza huduma yake ya umma kwa ishara ya kugeuza maji kuwa divai katika harusi iliyofanyika huko Kana. Alihubiri kuhusu ufalme wa Mungu na akatenda ishara na miujiza mingi katika sehemu ya Uyahudi na Galilaya. Watu wengi wenye ukoma waliponywa, viwete walitembea na kurukaruka, na wale waliokuwa wakiteswa na pepo waliwekwa huru kutokana na nguvu za giza. Hata mtu aliyekuwa amefariki dunia kwa siku nne na ananuka, alifufuliwa na kutoka kaburini akiwa hai (Yohana 11).

Yesu alidhihirisha mambo ya ajabu wakati wa huduma yake hapa duniani ili watu waweze kuutambua upendo wa Mungu, Zaidi ya hayo, kwa vile alikuwa mmoja na Mungu na Neno mwenyewe, aliishika Sheria kabisa ili awe mfano mwema kwetu. Pia, kwa kuwa aliishika Sheria, hakuwahukumu wale walioivunja Sheria na walipaswa kuuawa. Aliwafundisha watu ukweli ili angalau nafsi moja zaidi iweze kutubu na kuupokea wokovu.

Ikiwa Yesu angempima kila mtu kulingana na Sheria, hakuna hata mmoja angeweza kupokea wokovu. Sheria ni amri za Mungu zinazotuambia cha kufanya, kisicho cha kufanya, cha kutupa mbali, na mambo fulani tunayopaswa kubaki nayo. Kwa mfano, kuna amri kama vile, 'ikumbukeni Sabato na muitakase; usitamani nyumba ya jirani yako; waheshimu wazazi wako; na tupilia mbali kila aina ya uovu'. Mwisho wa sheria zote ni upendo. Ukiyashika maagizo na sheria zote, unaweza kutekeleza upendo, angalau kwa nje.

Lakini kile anachotaka Mungu kutoka kwetu si kuzishika Sheria tu kwa matendo yetu. Anataka tuitekeleze Sheria kwa upendo kutoka mioyoni mwetu. Yesu alijua moyo huu wa Mungu vizuri sana na akaitimiza Sheria kwa upendo. Mmoja wa mifano mizuri zaidi ni kile kisa cha yule mwanamke aliyefumaniwa akizini (Yohana 8). Siku moja, waandishi na Mafarisayo walimleta mwanamke aliyefumaniwa akizini, wakamweka katikati ya watu na wakamuuliza Yesu hivi: "Basi katika torati, Musa alituamuru kuwapiga kwa mawe wanawake kama hawa; nawe wasemaje?" (Yohana 8:5)

Walisema hivi ili waweze kupata sababu ya kimsingi ya kumshitaki Yesu. Je, unadhani huyo mwanamke alikuwa anahisi nini? Lazima aliaibika sana kwamba dhambi yake ilifunuliwa mbele za kila mtu, na lazima alikuwa anatetemeka kwa hofu kwa maana alikuwa karibu kupigwa mawe hadi afe. Kama Yesu angelisema, "Mpigeni mawe," maisha yake yangefikia mwisho kwa kupigwa na mawe mengi aliyorushiwa.

Hata hivyo Yesu hakuwaambia wamwadhibu kulingana na

Sheria. Badala yake, aliinama chini na kuandika kitu mchangani kwa kidole chake. Aliandika majina ya dhambi ambazo wale waliokuwa hapo walikuwa wanazitenda pamoja. Baada ya kuorodhesha dhambi zao, akainuka na kusema,"Yeye asiye na dhambi miongoni mwenu na awe wa kwanza wa kumtupia jiwe" (kif.7). Kisha, akainama chini tena na akaanza kuandika kitu fulani.

Safari hii, aliandika dhambi za kila mtu, kana kwamba alikuwa ameziona, yaani walitenda dhambi hizo lini, wapi, na jinsi kila mmoja wao alivyotenda dhambi zake. Wale waliohisi dhambira zao zikiwahukumu waliondoka mahali hapo mmoja baada ya mwingine. Hatimaye, aliyebaki hapo alikuwa Yesu na yule mwanamke. Vifungu vinavyofuata yaani kifungu cha 10 na 11 vinasema, "Yesu akainuka asimwone mtu ila yule mwanamke, akamwambia, Mwanamke, wako wapi wale washitaki wako? Je! Hakuna aliyekuhukumu kuwa na hatia? Akamwambia, Hakuna, Bwana. Yesu akamwambia, Wala mimi sikuhukumu. Nenda zako; Wala usitende dhambi tena"

Je, yule mwanamke hakujua kwamba adhabu ya uzinzi ni kifo cha kupigwa kwa mawe? Bila shaka alijua! Aliijua Sheria lakini alitenda hiyo dhambi kwa sababu hakuweza kushinda tamaa yake. Alikuwa anasubiri auawe kwa maana dhambi yake ilikuwa imefunuliwa, na alipopokea msamaha wa Yesu ambao hakuutarajia, aliguswa sana na msamaha huo! Alimradi alikumbuka upendo wa Yesu, hangeweza kutenda dhambi tena.

Kwa kuwa Yesu kwa upendo wake alimsamehe yule mwanamke aliyevunja Sheria, je, Sheria imefutiliwa mbali kwa sababu tunampenda Mungu na tunawapenda majirani zetu? Hapana, haijafutiliwa mbali. Yesu alisema, "Msidhani ya kuwa nilikuja kuitangua Torati au Manabii; la, sikuja kutangua, bali kutimiliza" (Mathayo 5:17).

Tunaweza kutenda mapenzi ya Mungu kwa kikamilifu zaidi kwa sababu tuna Sheria. Mtu akisema tu kwamba anampenda Mungu, hatuwezi kupima kina na upana wa upendo wake. Hata hivyo, kipimo cha upendo wake kinaweza kupimwa kwa sababu tuna Sheria. Ikiwa kweli anampenda Mungu kwa moyo wake wote, bila shaka ataifuata Sheria. Kwa mtu kama huyo, si vigumu kuifuata Sheria. Zaidi ya hayo, kiwango kile anachoifuata Sheria vizuri, ndivyo atakavyopokea upendo na baraka za Mungu.

Lakini wale wakereketwa wa sheria wakati wa Yesu hawakupendelea upendo wa Mungu ulio katika Sheria. Hawakuangazia kuifanya mioyo yao iwe mitakatifu, lakini waliangazia kufuata utaratibu uliowekwa. Walihisi kutosheka na hata wakajivunia kule kuifuata Sheria kwa nje. Walidhani wanaifuata Sheria, na hivyo waliwahukumu na kuwatia hatiani mara moja wale walioivunja Sheria. Yesu alipoeleza maana halisi iliyo katika Sheria na kufundisha kuhusu moyo wa Mungu, walisema Yesu alikuwa amekosea na ana pepo.

Kuifuata Sheria vizuri hakukufaidi nafsi zao kamwe kwa sababu Mafarisayo hawakuwa na upendo (1 Wakorintho 13:1-3). Hawakutupilia mbali uovu katika mioyo yao, lakini waliwahukumu na kuwatia hatiani wengine, hivyo wakajitenga mbali na Mungu. Hatimaye, walitenda dhambi ya kumsulubisha Mwana wa Mungu, dhambi ambayo haingeweza kubatilishwa.

Yesu Alitimiza Majaliwa ya Msalaba kwa Utiifu hadi Kifo

Takriban mwishoni mwa huduma yake ya miaka mitatu, Yesu alienda Mlima wa Mizeituni muda mfupi kabla ya mateso yake kuanza. Kadri muda ulivyozidi kusonga, Yesu aliomba kwa bidii akitazama kusulubiwa kulikokuwa kunamsubiri. Maombi yake yalikuwa kilio cha kuwaokoa wanadamu wote kupitia damu yake ambayo haikuwa na hatia yoyote. Yalikuwa maombi ya kuomba nguvu za kuweza kuyashinda mateso pale msalabani. Aliomba kwa bidii; na jasho lake lilikuwa kama matone ya damu, yakitiririka hadi chini (Luka 22:42-44).

Usiku huo, Yesu alikamatwa na askari na akapelekwa sehemu moja hadi nyingine kuhojiwa. Hatimaye alihukumiwa kunyongwa katika mahakama ya Pilato. Wale askari wa Kirumi walimvisha miiba kichwani, wakamtemea mate, na wakampiga kabla ya kumpeleka mahali pa kumsulubishia (Mathayo 27:28-31).

Mwili wake ulijaa damu kila mahali. Alidhihakiwa na kupigwa mijeledi usiku kucha, na akaenda Golgotha na mwili huu huku akiwa amebeba msalaba wa mbao. Kundi kubwa la watu lilimfuata. Awali walikuwa wamemkaribisha kwa kupiga kelele wakisema, "Hosana" lakini sasa walibadilika na kuanza kupiga kelele wakisema, "Msulubishe!" Uso wa Yesu ulijaa damu nyingi sana kiasi kwamba haukuweza kutambulika. Nguvu zake zote zilimwishia kutokana na uchungu uliotokana na kupigwa na ilikuwa vigumu sana kwake kuweza kupiga hatua moja mbele.

Baada ya kufika Golgotha, Yesu alisulubiwa ili atukomboe kutokana na dhambi zetu. Alitundikwa msalabani na kumwaga damu yake, ili atukomboe sisi tuliokuwa chini ya laana ya Sheria inayosema mshahara wa dhambi ni mauti (Warumi 6:23). Alitusamehe dhambi zetu tunazotenda kwa mawazo yetu kwa kuvishwa miiba kichwani mwake. Alidungwa misumari mikononi mwake na miguuni mwake ili atusamehe dhambi zetu tunazotenda kwa mikono yetu na miguu yetu.

Watu wapumbavu ambao hawakujua ukweli huu walimdhihaki na kumzoma Yesu aliyeangikwa msalabani (Luka 23:35-37). Lakini hata akiwa katika uchungu huo mkali, Yesu aliwaombea msamaha wale waliokuwa wanamsulubisha kama ilivyoandikwa katika Luka 23:34, "Baba, uwasamehe, kwa kuwa hawajui watendalo."

Kusulubishwa ni moja ya njia za kikatili zaidi za kumuua mtu. Yule aliyehukumiwa lazima apate mateso yenye uchungu mkali kwa muda mrefu zaidi kuliko adhabu nyingine. Mikono na miguu hudungwa misumari, na nyama ya mikono na miguu kunyofoka. Mtu anayesulubiwa hupoteza maji mengi na mzunguko wa damu hukatizwa. Hii husababisha viungo vya ndani kuanza kushindwa kufanya kazi pole pole. Mtu anayenyongwa pia hana budi kukumbwa na uchungu unaotokana na wadudu wanaomjia wakitaka kunusa damu.

Je, unafikiri Yesu aliwaza nini wakati alipokuwa msalabani? Hakuwaza juu ya uchungu mkali aliohisi. Lakini badala yake alifikiria kuhusu ile sababu iliyomfanya Mungu akawaumba wanadamu, maana ya ukuzaji wa mwanadamu hapa duniani, na sababu iliyomfanya ajitoe mwenyewe kama ondolea la dhambi za mwanadamu, na akaomba maombi ya kushukuru kutoka moyoni.

Baada ya Yesu kuhisi uchungu wa muda wa saa sita, alisema, "Naona kiu" (Yohana 19:28) Ilikuwa ni kiu ya kiroho, ambayo ni kiu ya kuvuna nafsi ambazo zinaiendea njia ya mauti. Alikuwa anatuomba tupeleke ujumbe wa msalaba na kuziokoa nafsi, huku akifikiria nafsi zisizohesabika zitakazoishi hapa duniani katika siku zijazo.

Hatimaye Yesu alisema, "Imekwisha!" (Yohana 19:30) na kisha akakata roho baada ya kusema, "Ee Baba, mikononi mwako naiweka roho yangu" (Luka 23:46). Aliiweka roho yake mikononi mwa Mungu kwa kuwa alikuwa amemaliza kazi yake ya kufungua njia ya wokovu kwa ajili ya wanadamu kwa yeye mwenyewe kuwa ondolea la dhambi. Huo ulikuwa wakati ambapo tendo kuu zaidi la upendo liliweza kutimizwa.

Tangu wakati huo, ukuta wa dhambi uliokuwako kati ya Mungu na sisi ulivunjwa, na tukawezeshwa kuwasiliana na Mungu moja kwa moja. Kabla hayo, kuhani mkuu alikuwa hana budi kutoa sadaka ya msamaha wa dhambi kwa niaba ya watu, lakini sivyo ilivyo tena. Yeyote anayemwamini Yesu Kristo anaweza kuingia mahali patakatifu pa Mungu na kumwabudu moja kwa moja.

Yesu Anaandaa Makao ya Mbinguni kwa Upendo Wake

Kabla Yesu hajauchukua msalaba, aliwaambia wanafunzi wake kuhusu mambo yaliyokuwa yatakuja. Aliwaambia itambidi aubebe msalaba na atimize mapenzi ya Baba Mungu, lakini wanafunzi wake bado walikuwa na wasiwasi. Sasa aliwaeleza kuhusu makao ya mbinguni ili aweze kuwafariji.

Yohana 14:1-3 inasema, "Msifadhaike mioyoni mwenu; mnamwamini Mungu, niaminini na mimi. Nyumbani mwa Baba yangu mna makao mengi; kama sivyo, ningaliwaambia; maana naenda kuwaandalia mahali. Basi mimi nikienda na kuwaandalia mahali, nitakuja tena niwakaribishe kwangu; ili nilipo mimi, nanyi muwepo." Kusema kweli, aliyashinda mauti na kufufuka, na kupaa juu Mbinguni huku watu wengi wakitazama. Alifanya hivyo ili aweze kutuandalia makao ya mbinguni. Sasa, nini maana ya, 'ninaenda kuwaandalia makao'?

1 Yohana 2:2 inasema, "...naye ndiye kafara ya upatanisho wa dhambi zetu; wala si kwa dhambi zetu tu, bali na kwa dhambi za ulimwengu wote." Kama ilivyosemwa, hapa inamaanisha mtu yeyote anaweza kuingia Mbinguni kwa imani, kwa maana Yesu ameiondoa pazia ya dhambi kati yetu na Mungu.

Pia Yesu alisema, "Nyumbani mwa Baba yangu mna makao mengi," na inatuambia kwamba anapenda kila mtu aupokee wokovu. Hakusema kuna makao mengi 'Mbinguni' lakini, alisema, 'Nyumbani mwa Baba yangu,' kwa sababu tunaweza kumwita Mungu, 'Aba, Baba' kupitia kazi ya damu ya Yesu ya thamani.

Bwana bado anatuombea bika kukoma. Anatuombea kwa bidii mbele za kiti cha enzi cha Mungu bila kula wala kunywa (Mathayo 26:29) Anatuomba ili tupate ushindi katika ukuzaji wa mwanadamu hapa duniani na kuufunua utukufu wa Mungu kwa kuzistawisha nafsi zetu.

Zaidi ya hayo, Hukumu Kuu ya Kiti Cha Enzi Cheupe itakapotokea baada ya ukuzaji wa mwanadamu, bado atafanya kazi kwa ajili yetu. Katika kiti cha hukumu kila mtu atahukumiwa kwa usahihi kwa kila kitu ambacho alifanya. Lakini Bwana atakuwa hakimu wa watoto wa Mungu na kuwatetea akisema, "Niliziosha dhambi zao kwa damu yangu," ili waweze kupokea makao bora zaidi na thawabu Mbinguni. Ataongea kwa niaba ya wanadamu kama hakimu, kwa sababu alikuja hapa duniani na akapitia kila kitu wanachopitia wanadamu. Tunawezaje kuuelewa upendo huu wa Kristo kikamilifu?

Mungu anaturuhusu tuujue upendo wake kupitia Mwanawe wa pekee Yesu Kristo. Upendo huu ni upendo ambao kwa huo Yesu hakuacha kumwaga tone lake la mwisho la damu kwa ajili yetu. Ni upendo usio na masharti na usiobadilika ambao kwa huo angeweza kutusamehe sabini mara saba. Nani basi anaweza kututenganisha na upendo huu?

Katika Warumi 8:38-39, mtume Paulo anatangaza na kusema, "Kwa maana nimekwisha kujua hakika ya kwamba, wala mauti, wala uzima, wala malaika, wala wenye mamlaka, wala yaliyopo, wala yatakayokuwapo, wala wenye uwezo, wala yaliyo juu, wala yaliyo chini, wala kiumbe kinginecho chote hakitaweza kututenga na upendo wa Mungu ulio katika Kristo Yesu Bwana wetu."

Mtume Paulo alitambua upendo huu wa Mungu na upendo wa Kristo, na akayatoa maisha yake mwenyewe kabisa kutii mapenzi ya Mungu na kuishi kama mtume. Zaidi ya hayo, aliyatoa maisha yake kwa ajili ya kuwahubiria Mataifa. Alitekeleza upendo wa Mungu ulioleta nafsi kwenye njia ya wokovu.

Hata ingawa aliitwa 'kiongozi wa vuguvugu la kikundi cha Wanazarene', Paulo aliyatoa maisha yake yote kama mhubiri. Alitangaza ulimwenguni kote kuhusu upendo wa Mungu na upendo wa Bwana ulio wa kina na mpana kupita kipimo chochote. Ninaomba katika jina la Bwana kwamba mtakuwa watoto wa kweli wa Mungu watakaotekeleza Sheria kwa upendo na muishi milele katika makao mazuri sana ya mbinguni, yaani Yerusalemu Mpya, na kushiriki pamoja upendo wa Mungu na wa Kristo.

Mwandishi:
Dr. Jaerock Lee

Dr. Jaerock Lee alizaliwa Muan, Jimbo la Jeonnam, katika Jamhuri ya Korea, mwaka 1943. Akiwa na miaka kati ya ishirini na thelathini, Dr. Lee aliugua magonjwa mengi yasiyokuwa na tiba kwa muda wa miaka saba na alikata tamaa ya kupona na akawa anasubiri kifo. Siku moja majira ya kuchipua mwaka 1974, alipelekwa kanisani na dada yake na alipopiga magoti kuomba, Mungu aliye hai alimponya magonjwa yote mara moja.

Tangu wakati Dr. Lee alipokutana na Mungu aishiye kupitia uponyaji huo wa ajabu, amempenda Mungu kwa moyo wake wote na kwa uaminifu, na mnamo mwaka 1978 aliitwa ili awe mtumishi wa Mungu. Aliomba kwa dhati na kufunga mara nyingi sana ili aweze kujua kwa hakika mapenzi ya Mungu, ayatimize yote na kulitii Neno la Mungu. Mwaka 1982, alianzisha Kanisa Kuu la Manmin katika jiji la Seoul, Korea, na kazi nyingi za Mungu, ikiwa ni pamoja na miujiza ya uponyaji na maajabu, vimekuwa vikitendeka katika kanisa hili.

Mnamo mwaka 1986, Dr. Lee aliwekwa wakfu na kusimikwa kama mchungaji katika Mkutano wa Mwaka wa Kanisa la Yesu huko Sungkyul, Korea, na miaka minne baadaye, mwaka 1990, mahubiri yake yalianza kurushwa katika nchi za Australia, Urusi, na Ufilipino. Baada ya muda mfupi nchi nyingine nyingi ziliweza kufikiwa kupitia Far East Broadcasting Company, Kituo cha utangazaji cha Asia Broadcast Station na Washington Christian Radio System.

Miaka mitatu baadaye, mwaka 1993, Kanisa kuu la Manmin lilichaguliwa kuwa moja ya "Makanisa 50 Yanayoongoza Duniani" na jarida la Christian World la Marekani na alipata Shahada ya Heshima ya Uzamifu katika Theolojia (Honorary Doctorate of Divinity) kutoka chuo cha Christian Faith, Florida, Marekani, na katika mwaka 1996 alipata Ph.D. katika Huduma kutoka Kingsway Theological Seminary, Iowa, Marekani.

Tangu mwaka 1993, Dr. Lee amefanya utume/umisionari wa ulimwengu kwa kufanya mikutano mingi huko Tanzania, Argentina, L.A., jiji la Baltimore, Hawaii, na jiji la New York huko Marekani, Uganda, Japani, Pakistani, Kenya, Ufilipino, Honduraasi, India, Urusi, Ujerumani, Peru, Jamhuri ya Kidemokrasia ya watu wa Congo, na Israeli na Estonia.

Mnamo mwaka 2002 alipewa jina la "mwana uvuvio wa ulimwengu" na magazeti maarufu ya Kikristo nchini Korea kutokana na kazi yake katika mikutano mbali mbali aliyoifanya nje ya nchi. Mkutano wa kutajika haswa, ni ule wa 'New York Crusade 2006' ulioandaliwa katika Madison Square Garden, ambao ndio ukumbi maarufu zaidi duniani. Mkutano huo ulirushwa hewani kwa mataifa 220, na katika mkutano wa 'Israel United Crusade 2009', uliofanyika International Convention Center (ICC) huko Yerusalemu, alitangaza waziwazi kwamba Yesu Kristo ndiye Masihi na Mwokozi.

Mahubiri yake yanapeperushwa hewani kufikia mataifa 176 kupitia mitambo ya setilaiti ikiwemo GCN TV, na pia aliorodheshwa kama mmoja wa 'Viongozi 10 Wa Kikristo wenye Ushawishi Mkubwa' wa mwaka 2009 na 2010 na gazeti maarufu la Russian Christian magazine In Victory na shirika la habari la Christian Telegraph kwa sababu ya vipindi vyake vya televisheni na huduma yake ya kuchunga makanisa ulimwengu mzima.

Kufikia Mei mwaka 2013, Manmin Central Church ina washirika zaidi ya 120,000. Kuna makanisa yapatayo 10,000 ulimwengu mzima ambayo ni matawi ya Manmini Central Church yakiwemo makanisa 56 yaliyoko Korea, na wamisionari zaidi ya 125 wametumwa nchi 23, ikiwemo Marekani, Urusi, Ujerumai, Canada, Japan, China, Ufaransa, India, Kenya, na nyingine nyingi kufikia sasa.

Kufikia kuchapishwa kwa kitabu hiki, , Dr. Lee ameandika vitabu 87, vikiwemo vile vilivyo maarufu kama Kuonja Uzima Wa Milele Kabila Mauti, Maisha Yangu Imani Yangu I & II, Ujumbe wa Msalaba, Kiasi cha Imani, Mbinguni I & II, Jehanamu, Amka, Isreali!, na Nguvu za Mungu. Vitabu vyake vimetafsiriwa katika zaidi ya lugha 75.

Makala yake ya Kikristo huchapishwa kwenye The Hankook Ilbo, The JoongAng Daily, The Chosun Ilbo, The Dong-A Ilbo, The Munhwa Ilbo, The Seoul Shinmun, The Kyunghyang Shinmun, The Korea Economic Daily, The Korea Herald, The Shisa News, na The Christian Press.

Dr. Lee sasa hivi ni kiongozi wa mashirika mengi ya kimisionari na taasisi. Nyadhifa zake zinajumuisha kuwa: Mwenyekiti wa The United Holiness Church of Jesus Christ; Raisi wa Manmin World Mission; Rais wa Kudumu wa The World Christianity Revival Mission Association; Mwasisi na Mwenyekiti wa Bodi ya Global Christian Network (GCN); Mwasisi na Mwenyekiti wa World Christian Doctors Network (WCDN); na Mwasisi & Mwenyekiti wa Bodi ya, Manmin International Seminary (MIS).

Vitabu vingine Vizuri sana Vya Mwandishi Huyu

Mbinguni I & Mbinguni II

Mchoro wa kina wa mazingira mazuri sana ya kuishi ambayo raia wa mbinguni wanayafurahia na maelezo mazuri ya ngazi mbalimbali za falme za mbinguni

Kuonja Uzima wa Milele kabla ya Kifo

Ushuhuda wa maisha ya Dr. Jaerock Lee, aliyezaliwa mara ya pili na kuokolewa kutoka katika bonde la uvuli wa mauti na amekuwa anaisha maisha ya kuigwa ya Kikristo

Jehanamu

Ujumbe wa wazi kutoka kwa Mungu kwa wanadamu wote. Mungu hapendi nafsi hata moja kuingia katika vilindi vya Jehanamu! Utagundua ukweli halisi usioujua kuhusu uhalisia wa ukatili wa Kuzimu.

Maisha Yangu, Imani Yangu I & II

Harufu nzuri ya kiroho iliyotolewa kutoka katika maisha yaliyochipuka pamoja na upendo usiopimika kwa ajili ya Mungu, katikati ya mawimbi ya giza, nira baridi na kukata tamaa kwa ndani sana.

Kiasi cha Imani

Ni makao ya namna gani ambako taji na ujira vimeandaliwa kwa ajili yako Mbinguni? Kitabu hiki kinatoa hekima na mwongozo kwa ajili yako kupima imani yako na kujenga imani bora iliyokomaa.

www.urimbooks.com

www.ingramcontent.com/pod-product-compliance
Lightning Source LLC
LaVergne TN
LVHW021815060526
838201LV00058B/3397